"Hindi pa o ayaw pa marahil aminin ng marami, pero ang mga tulad ni Vivo ang kailangan ng panitikang Pilipino."

—Amado Anthony G. Mendoza III
Guro, Nobelista

"Sa ngayon, isinasara ko ang libro na may sariwang pagkamangha sa husay na ipinamalas sa pagkukuwento. Matalino ang paghahabi sa naratibo nina Dodong at Butsok. May binuong laro sa paghahabing ito. Na kapana-panabik sundan dahil ipinapangako nito ang isang bagong nobela/pagnonobela."

—Allan Derain
Guro, Nobelista

"There's a vulca seal lyricism in Ronaldo Vivo, Jr.'s prose—something that simultaneously blunts then sharpens every blow. Sakit basahin nito, pero hindi ko matigilan."

—Angelo Suarez
Makata, Aktibista

"Noong binabasa ko 'tong nobelang 'to, kinikilabutan ako sa kada pahina. Kalagitnaan, tinext ko pa 'yung author kung sa next chapter ba, kailangan kong ihanda 'yung sarili ko at anong level ng paghahanda. Kasi, babasagin ka talaga ng librong ito kung mahina ka."

—Norman Wilwayco
Nobelista

IKALAWANG EDISYON

avenida

First edition published in 2019
This edition published in September 2024

ANG KAPANGYARIHANG HIGIT SA ATING LAHAT

Cover illustration and design by Shopping Libertad
studioshoppinglibertad@gmail.com
Editing by Billy Ibarra

Published by:
19th Avenida Publishing House
Imus City, Cavite
myavenida.com
avenidabooks@gmail.com
avenida /myavenidaph

ISBN 978-621-8264-34-2

1 3 5 7 9 10 8 6 4 2

MGA NILALAMAN

20TH AND 21ST MADRIGAL GONZALES BEST FIRST BOOK AWARD'S CITATION

Jun Cruz Reyes

PARA MASABING MABUTI at maganda o mainam ang isang bagay, kailangan ang mga paghahambing. Ganoon nabubuo ang mga pamantayan hanggang ito'y maging canon sa panitikan. Pero hindi naman laging sumusunod sa canon ang mga pinakamaiinam na akda. Mayroon ding mga tumututol at nagbabalikwas, o ayaw sumunod. Ganito naman nabubuo ang mga akdang protesta, transgresibo, at sa kaso ng *Ang Kapangyarihang Higit sa Ating Lahat* ni Ronaldo Vivo, Jr., ang pagpapanimula ng mga akdang impluwensiyado ng *novela negra*. May mga idadagdag, may mga babaguhin, at may mga pagbubuwag. Ganito malimit ipanganak ang bago, ang pagbali sa kinagisnang tradisyon.

Paano pagkukumparahin ang magkabaligtad at taliwas? Mahirap. Parang paghahambing ng *dark universe* sa alam nating uniberso. Parang paghahanap ng *matter* at *anti matter* sa iisang espasyo ng *regular matter*. Naririyan pero hindi nakikita. Parang pagtingin sa isang bagay sa gabi na patay ang ilaw. At hindi ibig sabihin ng hindi nakikita ay hindi na mauunawaan. At paano nga natin uunawain ang akdang itinatatuwa, ikinukubli, at tinatanggihan?

Tulad ng basura, na naririyan lamang sa paligid, kailangang takpan, ilayo, at itapon, at kung maaari, sa madaling-araw hakutin para walang makakita. Ayaw natin ng mabaho at madumi. Paano kung ang tao'y mala-basura na rin? Itatapon at ikukubli? Tatakpan at itatatuwa? Umaalingasaw ang mga eksena mula umpisa hanggang wakas sa akdang ito.

Pero hindi naman basura agad ang isang bagay. May panahong may gamit at halaga rin ito. Ang tao'y hindi ipinanganak na basura agad. Habang may tumataas at umuunlad, habang may iilang yumayaman, sa ilalim ng lipunan ay may naiiwanang latak. Sila ang mga lumpen, mga anti social na walang-silbi sa lipunan. Ito ang temang kinakalkal ng nobelang ito. Hindi naman ipinanganak na masama agad ang tao.

Hinahamon tayo ng akdang ito, madilim na madilim, may ipinapasilip, may ipinapaunawa. May mga nagsasakdal, tayo ang nasasakdal, paano itatanggi? Sa'n nagkamali, saan nagkulang? Saan tayo pupunta kung ayaw manatili sa dilim? Tayo'y may iisang uniberso, kasali rin ang mga hindi natin nakikita o ang ayaw nating tingnan. Salamat, Ronaldo Vivo, Jr. Sa iyong panliligalig, may mga mauuntog, sana'y may matauhan.

PAGBASA SA NOBELANG "ANG KAPANGYARIHANG HIGIT SA ATING LAHAT" NI RONALDO VIVO, JR.

Gerome Nicolas Dela Peña

LUMALAGOS SA MGA hanggahang itinakda ng sistema ng edukasyon at pamantayang moral ng lipunan. Masusulasok ang sinumang ipaloloob ang sarili sa "Dreamland," na malamang sa malamang, ang eksaktong mukha ng "impiyerno" ng marami sa ating lugod na lugod sa gitnang uring fantasyang pinamamayani ng neoliberal na sistema.

Piksiyonalisasyon nga ba ito ng danas-looban o lehitimong pagsasakatawan ng masasalimuot na realidad ng patapong buhay ng mga tinatawag o binabansagan nating iskwating, isnatser, salot sa lipunan? Sala-salabid na naratibo ang nobela ng kaapihan ng dukha sa mga makapangyarihan, ng dukha sa kapwa niya dukha, at ng dukha sa pakikitunggali niya sa sarili.

Kayraming beses ko nang natagpuan ang sarili na naliligaw/ inililigaw ng nakasusuklam na amoy at tanawin ng/sa looban mula sa mga nauna nang haligi ng panitikan. At, masasabi mang di na bago ang tema ng nobela, mapangahas itong bumabangga sa tatag (matatag pa rin nga ba?) ng kolonyal na impluwensiya sa atin sa espasyo ng edukasyon, relihiyon, paggawa, kultura, at paniniwala. Na matalas na ring sabihing, naghahapag sa bagong henerasyon ng mga mambabasang Pilipino ng idea na lagi't laging alipin tayo ng mga bagay na di natin kayang pag-usapan (pagpuputa, kabaklaan, adiksiyon, brutalidad ng kapulisan, ilegalidad at kriminalidad, at ang normalisasyon ng lahat ng ito sa kasalukuyang lipunan).

Malayong-malayo pa sa katotohanan na posibleng basahin ang mga transgresibong akdang gaya nito sa antas elementarya at hayskul. Sa panahong mangyari iyon, siguradong di na tayo kakabakabang may mga magnanakaw at trapong mauupo sa gobyerno. Tiyak na mulat na ang mga tao.

Sa masang Pilipino;
imortal ang iyong kuwento.

I

ANG MGA KAPANGYARIHANG HIGIT SA ATING LAHAT

1

Tatlong bagay lang sa mga sandaling ito ang nanatiling matingkad sa aking alaala: Ang ngiti ni Che, ang bilin ko kay Buldan, at ang amoy at lasa ng sabaw ng nanggigitatang inodoro, at putsa, ang lasa ng tubol ng kung sino sa Presinto Nuwebe.

ALAS-DOSE PASADO NG hatinggabi, sa labas ng 7-Eleven San Joaquin, steady kaming nakaistambay ni Buldan, nagpapausok, nagmamasid. Sa kabilang dako ng kalsada, may dalawang parak na patawid papunta sa kinatatayuan namin. Kalmado naming itinuloy ang kuwentuhan. Bantulot kami habang papalapit sila nang papalapit. Dumeretso ang dalawang parak sa loob ng 7-Eleven. Nakahinga kami nang maluwag. Sa mga sandaling iyon, pakiramdam nami'y kailangan nang lumipat ng puwesto.

Hanggang sa napansin naming may komosyon na sa loob.

Ipinasilip ko kay Buldan kung ano'ng nangyayari. Tamang sagutan lang daw sa pagitan ng dalawang parak at dalawang binatilyo, na sabi niya, mga guwapings na mukhang walang binatbat sa suntukan. Sa isip ko, tamang-tama ang tiyempo ng dalawang hambog na binatilyong ito. Di na namin kailangang lumipat ng puwesto.

Ilang saglit pa, lumabas ang isang batang sa tantiya ko'y disi-nuwebe-bente-uno anyos. Tinapik ko si Buldan sa balikat, binalikan niya ako ng tango. Bago lumakad, inabutan ko muna siya ng isa pang stick ng Fortune lights, isiningit niya 'yon sa kaniyang kanang tenga. Pagtapos ay sumige siya ng lakad patungo sa direksiyon ng bata. Ako, nanatili sa labas ng 7-Eleven para postehan ang dalawang parak.

Pagkaubos ng yosi, habang naghihintay ng text ni Buldan, pumasok muna ako ng 7-Eleven para magpalamig at makiusyoso. Umupo ako sa dining area at nakinig sa singhalan ng magkabilang panig. Ang mga totoy, hinihingan pala ng ID. Ang mga totoy na balbas-sarado at walang paglagyan ang kulot-kulot na balahibo sa binti, hinihingan ng ID para pagbilhan ng alak. Magagaling na pulis. Kung anuman ang mga susunod na mangyayari, isa lang ang sigurado: Uuwing may pambatak ang mga buwayang pulis na 'to.

Walang sampung minuto nang mag-text si Buldan. *"Ibayo n tyo slubong."* Ibig sabihin, sa kuwarto na kami magkikita. Kabado pa rin si Buldan hanggang ngayon. Sa Ibayo na kami magsasalubong. Ibig sabihin, nasugatan niya 'yong bata.

Bitbit na ng dalawang pulis ang dalawang binatilyong kanina pa nagngangangawa. Paglabas nila, sumunod akong sumibat. Pumara ako ng dyip. Ganitong oras, kainitan kina Che. Gusto ko sanang sumilip muna bago umuwi sa kuwarto.

Ilan lang kaming sakay ng dyip: Isang dalagitang buntis, dalawang maskuladong magkahawak-kamay, at isang mamang sa sobrang kalasingan, halos higaan na ang sariling suka sa limahid na sahig.

Doble ang lamig ng hininga ng madaling-araw. Ang sagot dito ng may mga panluho sa puson, pampainit ng laman. Kaya nga siguro ang mga beerhouse, ganitong oras buhay na buhay.

Humihikab ang biyahe.

Gusto ko sanang dagdagan ang iaabot ko kay Che. Sabi niya, ubos na raw ang bigas nila, wala nang gatas ang dalawang bata, at 'yong sinahod niya, naipambayad na ng bahay. Kaso, sakto lang 'tong dala ko. Gusto ko mang holdapin 'tong dyip, alanganin. May buntis, baka sa nerbiyos makunan, konsensiya ko pa. Kung inaakala ng mga tao na wala kaming konsensiya, isipin na lang nila ang mga politiko at pari. Saka mahirap magkalat banda rito. Balita ko, bago ang mga pulis bandang Ususan—karamihan bata. Kung maraming bago, sunod-sunod ang binyagan. Ayokong maging handang alay sa binyagan.

"Para." Sabay katok ko sa kisame.

"Tatabi lang," balik ng tsuper.

Ilang KTV bar bago ang kina Che ang binabaan ko. Sabi ko nga, mainit ang ganitong oras. Distansiya ang sagot sa mga ganitong uri ng klima.

Umistambay ako sa labas ng Karuza Club, isang punerarya at hardware ang pagitan sa Red Butterfly na pinapasukan ni Che. Sa tabi ng fishball ni Mang Rey ako pumoste. Habang naghihintay, tumusok muna ako.

"And'yan si Elmer?" bungad ko kay Mang Rey.

"O-Oo. Kararating-rating lang." Halos bumulong siya sa hina ng boses. Kakaiba talaga ang kapangyarihan ng mga walang-'ya. Ultimo pagbanggit ng pangalan nila, nakapagpapanginig ng tuhod.

"Si Mayet, lumabas na?" dagdag ko.

"Di pa rin, e," tipid niyang tugon.

Tumango-tango ako at dumeretso sa pagtusok. Sa pagitan ng mga pagnguya at paglunok, naulinigan ko ang boses ni Elmer, kalalabas lang. Kahit sa malayo, damang-dama ko ang dalang ipuipo ng putangina. Haplit niya si Che sa tagiliran. Sumunod na lumabas si Mayet, pumara ng taxi para sa dalawa. Unang pumasok si Che, sumunod si Kupal.

Nang makalayo ang taxi, nilingon ako ni Mayet, kumaway. Nagmamadali akong lumakad papunta sa kaniya.

"Bayad mo, 'noy?" habol ni Mang Rey.

"Pagbalik ko," sagot ko. Umusad ako papunta kay Mayet.

"Tigas ng ulo mo, Dodong," bungad niya sa 'kin.

"Nakadistansiya naman ako, Yet," katwiran ko.

"Tsk! Hmm, o ano?"

"E, kumusta kaibigan mo?"

"'Ayun, kakabayuhin na naman ni Elmer," iiling-iling niyang sabi.

"Dala ko 'yung pambigas-gatas." Dumukot ako sa likurang bulsa ng maong ko at iniabot sa kaniya. Isiniksik niya ang pera sa kaniyang dibdib.

"Umaga ko na 'to maiaabot sa kaniya; umaga na balik nun malamang."

"Putanginang Elmer 'yan," bigla kong nasabi.

Bigla akong hinampas ni Mayet sa balikat. "Maghinay-hinay ka, Dodong. May makarinig sa 'yo, pareho tayong yare," mariin niyang sabi sa akin.

Inabutan ko siya ng yosi, isinubo niya, sinindihan ko. Nagsindi rin ako ng akin.

"Ang sarap maging parak, 'no?" pagtutuloy ko. "Libre alak, libre puke."

Buntonghininga't iling lang ang naisagot ni Mayet.

2

MATAPOS MAGDUROG NG utak sa basbas ng nilusaw na bato sa palara, nagsimula na siyang magsilbi sa lalaking may-ari ng kaligtasan ng pinapasukan niyang club at ng batong ginamit niya. Sinisid niya ang pagitan ng naglalakihang mga hita nito't nagmumura sa itim na mga singit, na kung walang tama ay hinding-hindi niya masisikmurang gawin. Sinimulan niyang himurin ang kulubot nitong itlog habang itinataas-baba ang maliit nitong kargada. Pinutakti niya ng laway ang bawat sulok, hiwa, at kurba. Ilang saglit pa, ang kaninang kamay na nagtataas-baba sa maliit na kargada'y napalitan na ng kaniyang maliit na pulang-pulang bibig.

Binalot ng ungol-impakto ang malamig na kuwarto.

Matapos ang pagsamba sa kargada, iniratay niya ang katawan sa kama't ibinuyangyang ang maliit ngunit matambok na hiyas. Bumaba ang impakto sa kaniyang hiyas at sinundot-sundot ang perlas nito gamit ang matigas at naninilaw na dila. Anumang laban niya sa kuryenteng idinudulot ng dila, may mga sandali pa ring bumibigwas ang kaniyang balakang at pigi. Hindi niya tinitingnan ang impakto sa ginagawa nito; ni silip, wala. Nakapikit lamang siya sa lahat ng pagkakataon simula pa man noon.

Umahon ang impakto at sinalsal ang ari, dahan-dahang itinusok sa basang-basang hiyas. Nagsimula itong umayuda, marahas. Bumabanda ang ungol-impakto sa mga kanto ng kuwarto. At siya, walang naririnig na kahit ano.

Dinilaan siya ng impakto mula leeg paitaas. Itinupi niya ang mga labi bilang pag-iwas sa halik nito. Napuna iyon ng impakto. Huminto ito sa pag-ayuda, tumungo sa side table, kinalas sa holster ang malamig na pistola, at itinutok sa kaniyang hiyas sabay dakma sa mukha niyang wala ni katiting na reaksiyon.

"Putangina kang puta ka! Ano'ng hanap mo, ha?" Nanlilisik ang mga mata ng impakto.

Hindi siya sumagot, bagay na lalong ikinagalit ng impakto.

"Binabastos mo 'ko, ah?" Kinalas nito ang magasin sa pistola, tinanggalan ng bala. Pagkadaka'y buong puwersang ibinuka ang mga hita niya at ipinasak ang malamig na magasin sa hiyas.

"Aaaaahwww!" Napabalikwas siya sa sakit. Pagkahugot ng magasin, dinadaluyan na ito ng malansang dugo. Pumula ang kanina'y puting-puting kubrekama.

"Maghugas ka do'n, putangina ka!" Sabay bato sa kaniya ng tuwalya.

Kasabay ng pag-agos ng mga luha ang dugo sa kaniyang binti. Tumungo siya sa banyo habang nagtutupi ng panibagong palara ang impakto.

"Putangina, Che. Malaman ko lang na di ka pa rin tinatantanan niyang Dodong na 'yan, pati ikaw tatakpan ng diyaryo! 'Wag mo 'kong subukan." Sabay higop ng puting-puting usok.

Sa banyo, naglulusak ang sahig na tiles sa pusyaw na pula. Tinitigan niya lamang kung paano maghalo ang tubig, bula, at dugo.

"Hindot ka, ang tagal mo!" sigaw ng impakto.

Binuksan niya ang shower, tumingala, at napapikit; naghilod, nagkuskos, at nandiri.

Sinipa ng impakto ang pinto ng CR. Wala siyang gulat na ibinigay sa kabila ng malakas at galit na galit na kalabog. Derederetso lang siya sa pagligo. Isinalya siya patuwad sa lababo. Natunghayan niya sa salamin, sa unang pagkakataon, ang isang buhay na bangungot. Ipinikit niyang muli ang kaniyang mga mata.

3

MADALI MONG MALALAMAN kung malapit ka na sa Dreamland. Mabango, amoy sabon, dahil ang labas ng loobang inuuwian namin ni Buldan ay tabi-tabing pabrika ng sabong panlaba. Kaya nga ang mga balahurang tao ng Dreamland, kahit na mga nuknukan ng salaula, ay alam pa rin ang pagkakaiba ng mabaho sa mabango. Na tuwing lalabas sila ng looban, pagbalik nila kasisinghot ng bango sa labas, ay nabibihisan na sila ng kaunting selan sa pang-amoy. Madali mo ring malalaman kung nasa pusod ka na ng Dreamland. Kung mayroong amoy ang sumpa, iyon ang makapaglalarawan sa amoy ng pusod ng Dreamland.

Inabutan kong bumabatak si Buldan. Ang siraulo, hindi marunong magsara ng pinto. Kunsabagay, sa hitsura ng pinto naming ito, wala naman nang maitatago—kalawanging yerong butas-butas na tanging mga nilulumot na trapal na lang ang nagsasalba. At oo nga naman, wala namang hindi bumabatak dito kung may pagkakataon din lang, para saan pa nga ba ang magkubli?

"Solo ka d'yan, ah," bati ko sa kaniya.

"'Yung tira pa natin 'to," balik niya.

"Ahhh..." paghahanap ko ng sasabihin.

"Sa'n ka na naman galing?" tanong niya.

"Ahh, dumaan lang ako kina Anton. Baka may raket, e."

"Ulul. Kelan mo papakilala tsiks mo?"

"Tsiks amputa? Kina Anton nga 'ko galing, gago."

"Sige, ululin mo lelang mo."

"Magkano dun sa bata?" pag-iiba ko.

"Tatlong libo, Dong." Sabay higop ng usok.

"Tatlong libo sarado?" paniniguro ko.

"Sarado," tipid niyang sagot.

"Sa'n mo nadale 'yung bata?"

"Sa leeg, galos lang. Ang likot kase puta."

"Nerbiyoso ka rin, e."

"Hindot."

"Cell phone?" hirit ko.

"I-tats, nand'yan sa aparador, sa ilalim ng sombrero ko."

Humakbang ako papuntang aparador, dinukot ko ang I Touch, sinipat-sipat.

"Mabilis 'to sa wampayb, 'no?" Tuloy ako sa pagsipat.

"Dalawa mo na. Tatawaran pa 'yan, e."

"O, sige." Sumampa ako sa papag at sumandal sa pader, na pader din ng kapitbahay naming bugaw na si Aling Helen.

Tutok na tutok si Buldan sa palara, ultimo usok na galing sa katol, nahihigop niya na rin.

"Dong, 'kaw?" alok niya.

Gumapang ako palapit sa kaniya at kinuha ang iniaabot niyang foil at tuter. Habang humihigop, walang-humpay kakakamot si Buldan sa kaniyang binti. Sa isip ko, nagsimula nang mag-trip si Gago.

"Alam kong tamad ka, pero 'wag pati sa pagligo. Lalo tayong mapaghahalataang adik niyan, e," hirit ko sa kaniya.

Lalong dumiin ang pagkamot niya, hanggang sa napansin kong dumudugo na ito. Binitiwan ko ang hawak ko.

"Tigilan mo na 'yan, huy!" Pinalis ko ang kamay niya sa kaniyang binti. Nakita ko ang nananariwa pang sugat na alanganin namang gawa lang ng kaniyang mga kuko.

"Nangyare d'yan?" tanong ko.

"Kanina, napadaan ako kina Botong," sagot niya.

"O, e di hindi talaga tatlong libo lang 'yung galing sa bata?"

"Dalawandaan lang nilabas ko. Sugapa 'yang si Botong. Kung mangotong, daig pa ang pulis na may labindalawang kabit."

"'Tapos ano'ng ginawa sa 'yo?"

"Sinalya ako sa dingding ng tindahan nina Aling Supreng 'tapos binasagan ako ng bote ng Red Horse sa paa."

"Di ka pumalag?"

"Tangina, wala akong mapapala kay Botong. Saka di lumalaban nang parehas 'yun."

"Tangina niya, di siya dumiskarte ng pambisyo niya." Dinampot kong muli ang tuter, foil, at lighter. Bumalik ako sa paghigop.

"'Buti nga ando'n sina Marco, inawat nila si Botong."

"Nagpapapaniwala ka dun sa mga 'yun, e kasabwat din ni Botong 'yung mga kupal na 'yun. Mga walang pambisyo 'tapos mangha-hassle ng mga taong naghahagilap din ng pambisyo."

"Tangina, 'yaan na natin, Dong," kabig niya.

"Penge akong dalawang daan d'yan sa tatlo."

"Para sa'n?" usisa niya.

"Bibili akong gin."

Dumukot si Buldan ng dalawang daan at iniabot sa 'kin. "Bili kang Happy, kulay pula. Saka kalahating Fortune lights," bilin niya.

Dali-dali akong lumabas. Ganitong oras, si Aling Supreng na lang ang bukas na sari-sari. Kung madadaanan ko sina Botong, bahala na. Wala akong ibang dala kundi 'tong dalawang daan.

Tahimik ang looban. Nakapaninibagong walang nagwawala't nagbubuntalan ngayon. Walang saksakan o riot man lang ng mga batang nasobrahan sa lumpiang toge ni Mang Max.

Pagdating kina Aling Supreng, may nakalatag na mesa't mga nakatumpok na basyo ng Red Horse pero walang tao. Kinatok ko ng limampiso ang dingding ng tindahan.

"Pabileeee?" tawag ko. Dali-daling lumabas si Aling Supreng.

"Ano, Dong?"

"Pabiling dalawang bilog, 'te. Saka isang Tang orange."

Habang kumukuha ng bilog si Aling Supreng, palingon-lingon ako sa aking likuran.

"Ate, nasa'n 'yung mga nag-iinom dito?" usisa ko.

"Dinig ko, kina Felix daw ang punta ng mga piste."

"Ahhh. Dun na magtutuloy ng inom," dagdag ko.

"Iiskor 'ka mo. Wala namang ibang dahilan ang mga pumupunta kay Felix kundi bato."

"Ah, oo. Adik 'yung mga putanginang 'yun, e," susog ko pa.

Inilapag ko ang sandaan at kinuha ang plastik na pinaglagyan ng bilog at Tang.

"Oo nga pala, 'te. Happy pula, kunin ko na 'yang isang hilera."

Pumihit pabalik si Aling Supreng mula sa pagbibilang ng sukli at hinugot ang Happy pula.

"Buksan mo 'yang plastik, Dong," sabi niya, siyang buka ko naman. Initsa niya ang Happy sa plastik—shoot. At bumalik siya sa pagbibilang ng sukli.

Habang nagbibilang ng sukli, may biglang papalakas nang papalakas na ugong ng mga boses, nagtatawanan. Grupo ito, at malamang sina Botong na nga, pabalik.

"Ate, balikan ko na lang 'yung sukli, ha."

"Ha? O, sige, sige."

Nagmamadali akong sumibat at sumuyod pabalik ng kuwarto. Hindi na ako lumingon.

PAGBALIK KO NG kuwarto, hindi pa rin tumitigil sa pagkakamot si Buldan. Sa pagkakataong ito, suklay na ang gamit niya.

"Huy, tangina, tigilan mo na nga 'yan," saway ko rito.

"Ang kati, e!" katwiran niya.

"Di 'yan makati, tanga! Nagti-trip ka lang."

Di pa rin siya tumigil sa pagkakamot. Tumabi ako sa kaniya, inilabas ko mula sa plastik ang mga bilog, binuksan ko ang isa gamit ang ngipin.

"Tangina, tigilan mo." Pinalis ko ang kamay niya sa kaniyang binti. Binuhusan ko ng gin ang lalong nanariwang sugat.

"Putangina, Dong! Ano 'yan? Sinasayang mo, e!" taranta ni Loko.

Dinukot ko ang lighter na nakaipit sa brip ko at mabilis na sinindihan ang sugat.

"Putangina, ang init! Gago! Ang init!"

Hinawakan ko nang mahigpit ang magkabila niyang braso para di siya makapalag. Pero dahil sa sobrang lakas—dala nang batak nga si Loko—nakawala siya sa kapit ko't pinalo-palo ng unan ang binti. Mabilis na namatay ang apoy.

"Tangina mo, Dong! Ikaw ang nagti-trip d'yan, e! Gago mo!" inis nito.

"Ano? Makati pa? Mahapdi?"

Tiningnan niyang muli ang kaniyang sugat, bahagya itong natuyo. Sa tantiya ko, bahagya ring bumaba ang tama ni Gago. Sumandal siya sa dingding, kamot-kamot ang ulo.

"Timplahin mo na 'yan," bulalas niya.

"Oo, sige."

"Fortune?"

"Ay puta, nakalimutan ko."

"Meron pa 'ko d'yan sa maong, kumuha ka na lang."

"Sige."

Lumabas ako ng kuwarto bitbit ang pitsel, Tang, at bilog. Umigib ako sa gripo nina Lani na bukas bente-kuwatro oras para sa mga buraot na kapitbahay tulad namin. Inigiban ko nang kulang sa kalahati ang pitsel at saka tinimplahan ng orange. Ipinangkanaw ko ang itinuping pakete ng Tang. Isinunod kong isinalin ang gin, tinikman gamit ang panghalo. Ang sarap, sakto ang timpla. Kaso, kamamadali kanina, nakalimutan ko pala'ng bumili ng yelo. Tangina.

4

"TAPOS NA KAYO?" bungad sa kaniya ni Mayet paglabas ng kuwarto.

Ngiti at tango lang ang sagot ng pawisang si Dodong. Pumasok si Mayet sa kuwarto. Nakadapa si Che, pikit pero gising.

"Girl, ano'ng sabi niya tungkol sa mga pasa mo?" bungad niya kay Che.

"Galit siyempre. Naiyak nga, e."

"Naiyak, ah. Talaga lang, ah. Drama naman ni Dodong," kantiyaw ni Mayet.

"Wala raw kasi siyang magawa."

"Hmmm. Ano nga ba namang laban niya kay Elmer?"

"Ako... mahal ko si Dodong."

"Oo, kaso pag-aari ka ni Elmer."

Hiniwa ng saglit na katahimikan ang kuwarto. Umaapuhap si Che ng sasabihin habang si Mayet, tila natauhan sa sinabi.

"Salamat, Yet, ha?" kabig ni Che.

"Para saan?" taka ni Mayet.

"Dito lang talaga kami may pagkakataon ni Dodong sa lugar mo, e. Salamat talaga."

"Wala 'yun." Sabay himas niya sa ulo ni Che.

Mula sa labas ng kuwarto, minamasdan ni Dodong si Che. Kahit pa nakatalukbong na ng kumot, di niya maiwasang maaninag ang mga pasa nito sa katawan. Nasa isip na niya ang lahat ng 'yon na parang isang mapait na karanasang hindi mabura-bura ng paglimot.

Pagsinghot niya sa bumabagsak na uhog, siya namang tulo ng kaniyang luha. Sa isip niya, wala siyang magawa para kay Che. Hindi niya mabigyang-katwiran sa sarili ang takot at pangingilag sa abusadong si Elmer.

'Pindehong inutil na walang bayag,' ang mga salitang naglalaro sa kaniyang isipan. Pinahid niya ang luha't pumasok sa kuwarto.

"Che, Yet, bili lang ako ng hapunan natin," singit niya sa usapan ng dalawa.

"Siomai, Dong," anas ni Che.

"Naku, girl. Wala na 'yung Siomai House d'yan sa labasan, lumipat na sa J. P. Rizal," ani Mayet.

"O, sige, ihaw na lang tayo," listong hugot ni Che.

"Oo, isaw at tenga sa 'kin," ani Mayet.

"Sa 'yo, Che?" tanong ni Dodong.

"Ikaw na bahala, Dong."

"Sige..."

Lumakad si Dodong patungong labasan. Dumeretso siya sa ihawan ni Mang Max. Makapal ang taong naghihintay sa kani-kanilang order. Pero dahil kabatak niya si Mang Max, express ang sa kaniya.

"Annie, si Mang Max?" tanong niya sa isang katiwala sa ihawan.

"Ano order mo, Dong?" masungit nitong sagot.

"He-he. Sampung isaw, apat na tenga, tatlong barbikyu."

"Kunwari ka pang hahanap-hanap kay Tiyo Max, papasingit ka lang ng order d'yan, e. Istayl mo!"

"He-he. 'Wag ka nang magalit. Ihahanap kita ng 'merkano. Marami dun sa pinapasukan ko."

"Talaga?" Biglang liwanag ng mukha nito.

"Oo, 'yung kamukha ni Tom Cruise."

"Ayy. Ayoko sa kaniya, Dong."

"Bakit naman?"

"Gusto ko... negro," nahihiya pa nitong sabi.

"Ahhh... okey. Pilya ka, Annie, ha. He-he-he!"

"Ha-ha-ha-ha! O, siya, ihawin ko na 'tong order mo. Bolero."

"Salamat, Annie! Ihahanap kita ng negrong 7-footer!"

"Ha-ha-ha! Loko!"

Habang naghihintay ng order, nagmasid-masid muna si Dodong sa paligid, desperadong humahanap ng dilihensiya. Sa kapal ng tao, hindi niya mawari kung pa'no didiskarte. Hindi naman kasi siya mandurukot. May malaking ipinagkaiba ang mandurukot sa holdaper. Para sa kaniya, ang mga mandurukot ay mga tirador na walang bayag—na palihim kung kumana, patalikod, galaw-hunyango. Mas panlalaki raw ang panghoholdap at di hamak na mas makatao ang proseso, dahil bilang holdaper, ipinaaalam mo muna sa mga biktima na kailangan na nilang magpaalam sa mga minamahal nilang gamit at salapi, di tulad ng mga mandurukot na iniiwanang praning ang kanilang mga biktima.

Makalipas ang halos labinlimang minuto ng pagkainip, natapos ihawin ang mga order niya. Mabilis na 'yon kumpara sa paghihintay ng ibang kostumer. Gano'n katindi ang ihawan ni Mang Max, na sa umaga'y tindahan ng special lumpiang toge na siyang paboritong meryenda ng mga tiga-looban.

Lumakad pabalik ng looban si Dodong. Nanikip ang kaninang maluwag na mga eskinita sa dami ng nagkaingay na mga usisero't usisera. Pilit na sumiksik si Dodong sa pagitan ng mga taong nagkakaisa ang amoy ng kilikili. Naaninag niya na nanggagaling sa bahay ni Mayet ang magagaspang na ingay at kalabog. Masama na agad ang kutob niya, bumigwas ang kaba't takot sa kaniyang dibdib.

Tinanong niya ang isang mamang kalbong burdado ng tato na nakatungtong pa sa bangkuan. "Boss, ano'ng meron?" Nakatingala siya sa mama.

"Mga pulis daw 'to, e. Nakasibilyan lang. May atraso 'ata 'yung kasama ni Mayet."

Ramdam niya ang biglang paglamig ng kaniyang likuran at batok. Lalong lumakas sa pandinig niya ang murahan, iyak, at mga kalabog sa bahay. Nagpunas siya ng mukhang pinaulanan ng buo-buong laway ng mamang pinagtanungan, tumalikod, at lumakad papalabas bitbit ang supot ng inihaw na sana'y hahapunanin nilang tatlo.

5

ISANG ALENG NAGMUMURANG kamias ang nadale namin kahapon. Matrona, kontak ng tropa ni Buldan, sabik sa burat. Pinatikim ko ng burat saka ko dinigma. Tumataginting na pitong libong piso ang laman ng wallet ng gaga. Mayroon ding pares ng hikaw na ginto, tatlong singsing na ginto rin, at kuwintas na silver na may pendant na puso. Inarbor ko 'yong kuwintas sa hatian namin ni Buldan. Di naman na ito nag-arimuhunan

Balak kong iregalo kay Che ang kuwintas. Paminsan-minsan man lang makapagpakilig nang kaunti. Nakisuyo ako kay Buldan ng panlinis ng silver dahil dadaan din naman siya ng bayan. Magmukha at amoy bago man lang kahit papa'no itong kuwintas.

Habang naghihintay kay Buldan, dumayo muna ako ng Puregold para ipag-grocery si Che at ang mga bata. Diaper, gatas, mga de-lata, noodles—inabot din ng dalawang plastic bag ang mga pinamili ko. Nakisuyo ako sa kahera na baka puwede nang ikarton na lang para di na rin usisain ni Buldan pag-uwi ko. Sasabihin ko na lang, mga lumang damit na ipamimigay ko na.

Bago sumibat, nagmeryenda muna ako ng siomai. Naalala ko si Che. Siomai lang, solb na kaming dalawa. Ang totoo, di pa kami nakakapagdeyt kahit sa tapsilugan man lang. Pa'no, parang isang malaking CCTV camera ang bayan at kahit na ano'ng maisipan naming puntahan, sa lawak ng koneksiyon ng putanginang si Elmer sabi nga ni Che, ay di uubra. Kaya inugali ko nang bumili na lang ng siomai para ulamin namin sa tuwing magkikita kami kina Mayet.

Matapos upakan ang dalawang order ng siomai, um-order pa ako ng isa para kay Buldan. Kaunting konsuwelo lang.

Paglabas ng Puregold, nag-abang ako ng maaangkasang traysikel. Natanaw kong paparating si Jeffrey, kabatak namin ni Buldan.

"Jepoy!" tawag ko sa kaniya malayo pa lang. Kumaway ito at humarurot papunta sa 'kin.

"Dong, sa'n ka?" tanong niya.

"Pauwi na sana, e. 'Kaw?"

"Pabalik na rin, pero kina Butsok lang ako."

"O, sige. Sabay na 'ko. Kaunting lakad na lang naman sa 'min kina Butsok, e."

Ipinatong ko sa bubong ng traysikel ang kahon at umangkas sa likuran ni Jeffrey. Humarurot na kami.

"Kumusta na, Dong?"

"Heto, ganun pa rin. He-he!"

"He-he. Kanino na kayo kumukuha ngayon?"

"Dati kay Felix. Ngayon sa labas na umiiskor si Buldan."

"O, bakit? Ayaw n'yo na kay Felix?"

"Tangina, laging nakababad dun sina Botong, e. Tropang buraot, e."

"E, mga wala namang pambisyo ang mga bwakananginang 'yun, e! 'Buti di nagtampo si Felix sa inyo?"

"Hindi 'yun. Ikaw, ano pala'ng gagawin mo kina Butsok?"

"Ahhh... e, iaabot ko lang 'tong pa-order ni Misis kay Ate Rosa. Mga Avon."

"Ahhh. Esmi mo, kumusta?"

"Baliw na baliw sa Kanong ka-chat. Malakas magbigay, artistahin pa." Biglang tamlay ang tono niya.

"Putsa, sa'n niya nakilala?"

"Cyber sex ni Pudring. Para namang bago sa 'yo."

Hindi nga bago, pero ang pumayag siyang gano'n, iyon ang medyo di ko agad nakuha.

"Ahhh... bigat. Mga anak mo?" pag-iiba ko.

"Nasa probinsiya, kina Nanang."

"Si Butsok ba, kumusta?"

"Balita ko naglayas, e."

"Kaya pala di ko napagkikita nitong mga nakaraang araw."

"Kawawa 'yun sa erpats niya."

"Kunsabagay, grabe din si Mang Delfin, e. Hindi nga adik pero masahol pa sa adik ang pag-uugali. Tangina, wala 'ata tayong punta kina Butsok noon na walang bagong pasa 'yung nanay niya, e."

"Kaya nga pasalamat na rin si Butsok, sinalo ko nanay niya."

"Sinalo? Bakit? Ano'ng atraso?" usisa ko.

"Ah... hindi, wa—sa Avon, may atraso. Ahhh, atraso nang konti ke Misis," nauutal niyang paliwanag.

Lumiko si Jeffrey sa gulamanan ni Nympha.

"'Uy, p're, dito na lang ako gagarahe, ah? Masikip dun kina Pusa, e. Mahirap pumasok, mahirap ding lumabas."

Bumaba na ako't kinuha ang kahon sa bubungan ng traysikel.

"O, pa'no? Lakad na 'ko, Jep. Salamat, ah?" Umapir ako sa kaniya.

"Sige, sige. Next time!" Nagmamadali niyang dinukot sa kaha ng traysikel ang isang pahabang kahon na parang bahay ng gagamba, na sa hinala ko'y lalagyan niya ng item.

Umikot ako ng daan. Dito sa looban, maraming eskinitang nagdudugtong sa marami pang eskinita na iisa lang ang labasan. Maraming butas, puwede kang mamili. Pakisama ito ng looban para sa mga taong may iniiwasan. Tulad ko—namin ni Buldan. Mga ganitong oras, kasarapan ng inuman nina Botong, kasarapan din ng pananarantado nila sa mga taong alam nilang hindi sila papalagan.

PAGDATING KO SA kuwarto, inabutan kong tulog si Buldan, nakatalukbong. Tinapik-tapik ko siya.

"Dan, kumain ka na? Siomai, o," alok ko rito.

Nanatili siya sa gano'ng puwesto. *Ang init-init, nakatalukbong. Batak na naman 'to, malamang.*

"Dan, 'yung pinabili ko, nakabili ka ba?" tanong ko sa kaniya.

"D'yan sa lamesita, Dong," sagot niya sa garalgal na boses.

"Akala ko tulog ka. Sabog ka, 'no?" hirit ko.

Kinuha ko ang maliit na supot sa ibabaw ng lamesita. Napansin kong may mga mantsa ang supot. Para masigurado, inamoy-amoy ko ito. Amoy kalawang, malansa. Mantsa ito ng dugo.

Hinablot ko ang talukbong na kumot ni Buldan. Basag ang mukha nito, maga ang mata, putok ang kilay, at puno ng galos ang mga braso.

"Si Botong?" tanong ko sa kaniya. Hahangos-hangos akong bigla, pilit pinakakalma ang sarili.

Tango lang ang sagot niya.

"Di ka nagbigay?" dagdag kong tanong.

Iling naman ang sagot niya ngayon.

"Magkano hinihingi sa 'yo?"

"Iyang kuwintas," sagot niya. Natigilan ako.

"Bili lang akong Red Horse. Kainin mo na 'yang siomai."

Iika-ikang ibinangon ni Buldan ang kaniyang katawan at inabot ang siomai na inilapag ko sa papag. Ibinulsa ko ang supot na may mantsa ng dugo at lumabas. Sa likod ako dumaan para iwasan ang tindahan ni Aling Supreng. Sa labasan ako bibili.

Habang sinusuyod ang labasan, listo kong pinakikiramdaman ang paligid. Ang mga putanginang bataan ni Botong, nagkalat na parang mga tae ng kambing dito sa looban. Mga hindot na walang inatupag kundi ang mangupal ng kapwa, mambasag ng trip ng iba, ipag-angas ang tapang nilang hiniram sa alak, shabu, at buryong.

Ramdam ko ang mga matang nakatingin sa 'kin. Tuloy-tuloy lang ako ng lakad.

Pagdating sa tindahan ni Aling Goring, dalawang mucho at isang stallion ang binili ko. Binuksan ko na ang stallion, tinunggaan ko hanggang halos mangalahati. Bumalik ako sa looban, sa tapat nina Aling Supreng ang daan ko.

Tangina mo, Botong. Hindi sa lahat ng pagkakataon, ikaw ang kupal dito sa looban.

Habang papalapit nang papalapit sa tindahan nina Aling Supreng, palakas nang palakas ang nakaririnding tawanan ng mga hudas. Di mawala sa isip ko ang basag na pagmumukha ni Buldan.

Putangina mo, Botong! Putangina mo kang hayup ka!

Nangangatog ang mga tuhod ko. Dama ko ang paggapang ng kaba sa aking dibdib pababa ng tiyan, pabalik muli ng dibdib paakyat ng ulo.

Sa bilis ng lakad, di ko na namalayang lampas na ako sa tindahan ni Aling Supreng. May sumitsit, hindi ko nilingon.

"Dodong! Huy!" Malaki ang boses.

Tuloy-tuloy ako ng lakad. Sunod kong naulinigan ang mga kantiyawan at lalong lumakas na tawanan. Parang natuon ang pandinig ko at panandaliang sumentro na lamang sa mga nag-iinuman.

"Dodong!"

At malalakas na yabag at palatak ng paa sa tsinelas ang kasunod. Nasa likod ko si Botong, sinundan ako.

"Bingi ka ba?" Sabay hapit sa balikat ko.

Lumingon ako't pinalis ang kamay niya sa 'kin. "Ano'ng problema mo?!" singhal ko sa kaniya.

"Ah, puta. Ang tapang ni Dodong, oh?" Sabay lingon sa mga kasama niya.

"Hipuin mo 'yung tenga, Tong!" Sabat n'ong isa na nasa lamesa.

"Ano'ng kailangan mo? Nagmamadali ako."

"Para ka namang bago dito, Dong. Alam mo namang magkakapatid tayo dito sa looban, di ba? Kaunting ambag lang naman, Dong."

"Wala akong pera, pasensiya."

"E, pa'no ka nakabili niyan? Pinagloloko mo 'ko, e." Inginuso niya ang bitbit kong Red Horse.

"Sakto lang dala ko, kapkapan mo pa 'ko," matigas kong sabi.

At kinapkapan niya nga ako. Halos mahubo ang maong ko. Ultimo garter ng brip ko, sinilip ni Gago.

"Baka nasa bituka mo, Dong?" Nandirilat ang mga mata niya sa 'kin na sinundan ng halakhak, at sinundan pa ng mas malakas na halakhakan din ng mga kainuman niya. "'Buti pa 'yung tropa mo, daming kuwarta."

"Kase, marunong dumiskarte," mahina kong sabi.

"Ano'ng sabi mo?"

"Wala..."

"Arbor na namin 'yang alak mo, Dong."

"Dalawang mucho lang 'to, Botong. Next time na lang."

Bigla niya akong kinabig sa braso. Idinikit niya ang mukha niya sa mukha ko.

"Putangina mo! Kanina mo pa 'ko ginagago, e. Kanina mo pa 'ko pinapahiya sa mga kasama ko, gago! Tinatawag kita kanina, patay-malisya kang ugok ka! Pasalamat ka, di kita agad binira. Inaarbor ko lang 'yang alak mo, nag-iinarte ka pa?"

"Dalawa lang kasi 'to, Tong. Pampatulog ko lang sana, e." Sabay pahid ng mga nagtalsikang laway sa mukha ko.

"Pampatulog ba? Gusto mo isunod na kita kay Buldan, e."

Nagdilim ang paningin ko.

"Oh, kunin mo na'ng lahat." Padabog kong iniabot sa kaniya ang dalawang mucho sa plastic bag. Agad niya 'yong hinablot at iniabot sa mga kasama.

"Pinatagal mo pa, e." Kinalag niya ang mariin na pagkakasakal sa braso ko.

Tumalikod na ako't lumakad.

"Pst! Dong! May nakalimutan ka!" sigaw ni Botong.

Lumingon ako't huminto ng lakad. Inginuso niya ang hawak kong stallion.

"Arbor na rin 'yan." Lumakad siyang muli papalapit sa 'kin.

"Botong, sana inutusan mo na lang akong bumili ng alak n'yo gamit ang pera ko, nabigyan pa sana kita ng sukli," hirit ko sabay abot ng stallion sa kaniya.

"Palabiro ka talaga, Dodong. He-he-he! Hayaan mo na, pahinga ka muna sa pag-inom, masama sa 'yo ang alak," buska pa niya.

"Baka may nakalimutan ka pa? Brip ko, baka trip mo ring arborin. May linya 'to ng ginto sa gitna, puwedeng isangla."

"Di na. Masyadong malaki 'tong alaga ko para d'yan, di magkakasya. Ha-ha-ha! Sige, salamat dito, ha?"

"Walang anuman. Sana marami pang dumaan dito na may dalang alak para naman di kayo mabitin."

"Nakuha mo, Dong. Apir mo nga." Umapir sa akin si Ugok at nagbaling siya ng tingin sa stallion na tangan na niya ngayon. 'Kakahiya naman sa 'yo. Mukhang di mo pa 'to nababawasan, ah? Tumagay ka muna," pang-aasar niya.

"Solb na 'ko. Nakaisa na 'ko dun kina Butsok, e. Iyo na 'yan."

"Sabi mo, e..." Lumakad siya pabalik sa mesa nila tungga-tungga ang stallion.

Nagtuloy ako ng lakad pabalik ng kuwarto. Malinis, simot, pero may ngiting bitbit.

Magustuhan sana ni Che 'yong kuwintas. Suka na lang ipanlilinis ko.

Pinitik ko ang lukot-lukot na supot sa kanal.

6

PAGKAPASOK NA PAGKAPASOK sa kuwarto, dagling pinatay ni Dodong ang mga kulay puting ilaw at iniwan ang mga dilaw. Sinunggaban niya si Che ng halik, dinakma ang dibdib gamit ang kanan, habang nakadakot ang kaliwa sa namumutok nitong pigi. Siya namang hubad ni Che ng pantalon ni Dodong at himas sa alaga nitong naghuhumindig at kanina pa lumuluha sa lubhang pananabik.

Matapos ang pagpapalitan ng laway, bumaba si Che at ginawang lollipop ang kay Dodong. Naghahatid ang bawat linyang iginuguhit ng dila ni Che ng di-maipaliwanag na pakiramdam sa kabuuan ni Dodong. Mistula siyang tinurukan ng pampakalma at saka pinainom ng maraming-maraming Extra Joss. Hinawakan niya nang banayad, gamit ang kanang kamay, ang ulo ni Che habang manaka-nakang iniaabante ang puwitan, na lalong nagpaigting ng tibok ng kaniyang mga itlog, habang ang kaliwa nama'y piga-piga ang kaliwa ring suso ni Che.

Nang madama ang papalapit nang papalapit na pag-akyat ng likidong hindi pa dapat lumabas, hinugot na niya ang kaniya at iniahon si Che sa pagkakaluhod. Niyakap niya ito't pinupog ng halik sa leeg habang marahang inihihiga sa kama. Mula sa leeg papuntang dibdib, patungong pusod, pinagana ni Dodong ang kapangyarihan ng dila at labi. Hanggang sa makarating siya sa naghihintay na hiyas ni Che. Bago lapatan ng dila ang hiyas, inamoy-amoy niya muna ito at hinalik-halikan.

Ungol ng isang anghel ang bumalot sa kuwarto, lalong pinaghusayan ni Dodong ang paggamit ng dila. Sapul na sapul niya ang perlas ng hiyas. Kitang-kita niya ang pagtibok ng pagitan ng butas ng puwet at hiyas nito. Nang mapuna niyang tila nagdedeliryo na ito, isinabay niya ang pagpasok ng gitnang daliri sa pagdila, hanggang marating nito ang laman na may gaspang na tulad ng sa espongha. Pinindot-pindot niya iyon at pinagmasdan kung paano halos mangisay si Che at mawala sa sarili.

"Dong, ipasok mo na. Parang awa mo na, Dong!" sigaw nito.

Lalo siyang nanabik. Umahon na siya nang madamang nanginginig na ang mga tuhod ni Che. Ibinuka ni Che ang kaniyang mga hita. Sabik na sabik na itinutok ni Dodong ang kaniya sa mapag-anyayang hiyas. Ikinaskas niya muna ito nang paulit-ulit sa perlas saka tuluyang ipinasok.

"Putangina, Che! Aaaargh!"

"Dong! Uhhhgh!"

Mabagal ngunit mariin ang pag-ayuda niya. Mahigpit ang yakap ni Che kay Dodong. Inilapat ni Che ang daliri sa kaniyang perlas at nagsimulang kumuskos-kalabit.

"Isagad mo, Dong!"

Humawak sa bed throne si Dodong at doon humugot ng buwelo para lalong idiin ang pag-ayuda. Pabilis nang pabilis ang pagdalirot ni Che sa kaniyang perlas. Muling naramdaman ni Dodong ang pag-akyat ng likidong kanina niya pa pinipigil na lumabas.

Bago maunahan ng dikta ng mga ugat at isipan, hinugot na niya ang kaniya. Tumuwad si Che. Tumutok siya sa likod nito saka muling sumargo. Maulol-ulol siya sa tanawin—ang mabilog at makinis na mga pigi nito at ang kurbada ng balakang na lalong nakapagpapaibayo ng kaniyang utog. Matagal silang nakababad sa ganoong posisyon.

"Higa ka, Dong."

Ilang sargo muna ang pinalipas niya bago hinugot ang kaniya. Humiga siya at mabilis na umibabaw si Che. Sa ganoong posisyon, mas nasilayan niya ang hubog ng katawan nito.

Mabilis ang paggiling ni Che, kasabay ng bilis ng pagdalirot niya sa pulang-pula nang perlas. Sa mga sandaling iyon, ungol ang naging wika nila—mga ungol ng labis na pangungulila at pagkasabik, mga ungol na hindi man bumuo ng mga salita'y nakalilikha naman ng pangungusap na tanging silang dalawa lang ang nakauunawa.

"Dooong! Malapit na 'ko, Dooong! Ugh!"

"Sabay tayooo, Cheeeee! Ughmm!"

"Putang… ughmmm!"

"Aghhh!"

"Ahhummm… hmm…"

NAKALAPAT ANG MGA pisngi ni Che sa humpak na dibdib ni Dodong. Himas-himas niya ang madulas na buhok nito.

"Mahal na mahal kita, Che," sambit niya.

"Takot na takot ako, Dong."

Sa isip-isip ni Dodong, siya man ay takot na takot.

"Makakaya natin 'to, Che," paghahanap niya ng matinong sagot.

"Palaging mahaba ang mga gabi ko, hindi niya 'ko pinatutulog. Hanggang bangungot, siya ang nagpapahirap sa 'kin."

"Nagbanta na naman ba siya?"

"Wala na tayong maitatago, Dong. Alam na niya lahat. Pati si Mayet, nadamay na. Ito na lang ang meron tayo."

"Umuwi na tayo ng Bicol—sa 'min. Doon na tayo. Hindi na niya tayo matutunton doon."

"Sa dami ng koneksiyon ni Elmer, pulis man o sindikato, malabong hindi niya tayo matunton. Pati paglabas natin dito, ikinatatakot ko. Pakiramdam ko nand'yan lang siya sa paligid, nagbabantay." Lalong humigpit ang akap ni Che sa kaniya. "Dong, takot na takot ako," nangangatal nitong sabi.

"Putangina niya! Putangina niya! Matapang lang siya dahil nasa posisyon siya. Matapang lang siya dahil protektado siya ng kinalalagyan niya!"

"Iyon na nga. Kanino tayo tatakbo? Kanino tayo magsusumbong? Siya rin ang batas."

"Makakagawa ako ng paraan, 'wag kang mag-alala," alo niya rito.

"Ayokong umasa, Dong. 'Wag mo lang akong iwan, 'yon lang hihingin ko sa 'yo. 'Yung mga bata, Dong. Kung may mangyari man sa 'kin, ikaw ang inaasahan ko."

"Bakit ka nagsasalita ng ganyan, Che-Che?"

"Mas kilala ko si Elmer, Dong. Higit pa sa iniisip mo ang kahayupan niya."

Wala na siyang nasabi. Wala na siyang naisagot kundi isang dambuhalang halik sa labi at mainit na yakap.

Bumangon siya at dinampot ang pantalon sa sahig, kinapa-kapa ang bulsa nito, at hinugot ang isang nakatuping papel.

"Halika, Che."

"Bakit, Dong?"

"Basta halika."

Ibinangon ni Che ang patang katawan. Ngayo'y kapwa sila nakaharap sa salamin. Hinagkan niya si Che sa likod, hinalik-halikan ang batok.

"Che, itaas mo buhok mo."

Nagtataka ma'y wala nang pagtatanong niyang sinunod ang utos ni Dodong.

Mula sa nakatuping papel, inilabas ni Dodong ang kuwintas. Kitang-kita iyon ni Che sa salamin. Kapwa sila napangiti.

7

ALAS-DOS NG MADALING-ARAW, dilat ang lahat bukod sa mamang nakaratay sa kabaong. Kaniya-kaniyang umpukan—mga nagdadasal, umiinom, nagliligawan, kumakanta, nagsusugal. Kada may darating, maririnig ang *"Ano'ng kinamatay niya? Magkano nagastos n'yo sa ospital? Parang kailan lang nakausap ko pa siya, ah,"* mga pamamaraan ng pagpapabatid ng pakikiramay.

Kanina pa ako inaalat, di pa rin dumarating si Buldan. Malapit ko nang itaya ang itlog ko. Ganito kademonyo ang cara y cruz, kayang bilhin pati kaluluwa ng biktima. Sabi ng demonyo, ipaubaya mo ang kapalaran sa kapangyarihang higit sa ating lahat—ang pagkakataon, na pare-pareho nating hindi hawak.

"Kara!" matinis na sigaw ni Maykel.

Putang... ayawan na. Putangina talaga. Ubos ang seven hundred ko. Bwaka ng ina, 'buti at hindi ko dinala lahat. Alam ko na ang istorya, e. Sakit na 'to ng mga sugarol—ayaw patalo. Hangga't may bala, tira. Pag ubos na, tira pa rin. Pero hindi ako. Pare-pareho naming alam na 'yan ang pinagmumulan ng gulo sa bawat umpukang ganito. Nakakahiya, lamay 'to.

"Ano, Dong?"

"'Yoko na. Alat."

"Sa'n si Buldan?"

"Di pa umuuwi, e. Baka nasagasaan ng trak."

"Ha-ha! Loko. Sige, magkape ka muna d'yan."

"Oo. Bawiin ko 'yung seven hundred ko sa kape, para mangisay na 'ko dito."

"Ha-ha-ha!"

Tinabihan ko ang mga nagdarasal. Nakapako ang mga mata ko sa kabaong. Iniisip ko, may mga tao kayang bukod sa mga tinaningan ng buhay ang nakapaghahanda sa kaniyang kamatayan? Pupusta ako, malaking bahagi ng populasyon ng mga tinaningan ay mas malakas pa rin ang paniniwalang hindi sila mamamatay.

"Ang buhay ay di sa 'tin, lahat ay magbabalik sa Kaniya; isusuko ang lahat sa Kaniya. Pagpalain nawa ang kaniyang kaluluwa," koro ng mga nagdarasal.

Gusto kong sumagot, na kung gano'n, uunahan ko na Siyang bawiin ang buhay ko. Biruin mo, isinilang ka para matutong mabuhay, 'tapos bigla-biglang babawiin ang buhay na matagal mong inaral na pakibagayan? Tangina, kahit sa Kaniya, di ako pahuhuli nang buhay. No way, 'tol.

"Magsisi habang nasa lupa nang sa katapusan ng buhay, langit ang magkakalinga," sundot pa nila.

Langit ang magkakalinga? At pupusta akong muli, na kahit trip na trip ng mga tao sa langit, hindi siya handang mamatay para dito.

"Ang bata pa niya, 'no? Sayang naman," bulong ng ale sa likuran ko sa katabi niyang matandang lalaking nakapikit.

E, putsa! Ang daming taong namamatay sa murang edad pero inililibing kung kailan gulay na. Ibig kong sabihin, halimbawa, itong looban mismo, looban ito ng mga patay. Matagal na kaming patay. Kung kailan kami ililibing, iyon ang pare-pareho naming di alam. Kaya ang pagkamatay, di lang sa pagratay sa kabaong nasusukat, dahil kahit na walang kabaong, sugal, at padasal, araw-araw kaming naglalamay dahil araw-araw din kaming namamatay. Sa mga loobang ganito, wala nang hiwaga ang kamatayan.

Hay buhay. Isang bagay siguro kung bakit napakapait para sa 'tin ang mamatayan o kahit na maisip man lang ang kamatayan, ay dahil masyado tayong maraming alaalang iniingatan, maganda man o hindi. Di tulad ng mga lamok; isang palo, tepok. Walang alaalang bitbit at iiwan, maliban sa pantal mo sa braso at bakas ng dugo sa 'yong palad.

"Pst!" Galing sa likod ang sitsit. Lumingon ako, si Buldan. Tumayo ako't lumakad papunta sa kaniya.

"Sa'n ka galing? Tagal mo. Utas ako ng pitong daan," bati ko sa kaniya.

"Sino 'yang Francisco Dela Luna?" tanong niyang hihingal-hingal.

"Di mo kilala?" balik ko sa kaniya.

"E di sana di na kita tinanong," bara niya.

Inakbayan ko siya papunta sa harapan para silipin ang kabaong. "'Yan, siya si Francisco Dela Luna."

Nanlaki ang mga mata ni Buldan. Bumalik ako sa kinauupuan ko kanina at iniwan siya roon. Hindi 'ata makapaniwala si Gago. Matagal na nakapako ang titig niya sa kabaong, minamasdan ko lang siya. Maya-maya pa'y lumapit sa kaniya ang isang malapad na matandang babaeng nakadaster, mugto ang mga mata. Si Aling Perla. Hinagod siya nito sa likod.

"Buldan, kung anuman ang mga nagawang kasalanan sa 'yo ni Botong, sana mapatawad mo siya," humihikbing sabi nito sa kaniya.

"Ano po'ng nangyari kay Botong, 'nay?" tanong niya.

"Nag-iinuman sila d'yan kina Supreng. E, sabi ng mga kainuman, bigla na lang daw bumulagta, nangisay 'tapos bumula ang bibig."

Nilingon ako ni Buldan sabay buntonghininga. Nagsindi ako ng sigarilyo. Pansin kong nagpipigil siya ng ngiti.

8

MAEEMPATSO NA SI Dodong sa fishball at kikiam, di pa rin lumalabas sina Che at Mayet. Kahapon pa hindi kumokontak ang dalawa sa kaniya. Iniisip niya, baka bantay-sarado ni Elmer.

"Buhat ba kanina, di pa talaga lumalabas 'yung dalawa?" pang-ilang tanong na niya kay Mang Rey.

"Di ko talaga napansin, e," bantulot pa ring sagot ni Mang Rey.

"E, si Elmer ba?" dagdag niya.

"Di ko napansing dumating."

"Ahhh..."

"Dong, dyinggel lang ako. Pabantay, ha," paki ni Mang Rey sa kaniya.

"Sige lang."

Nang makalayo si Mang Rey, pumaspas ng tusok si Dodong. Nang maubos ang nakasalang, kumuha siya ng sambalot sa ilalim ng lutuan, binuksan at nagsalang ng panibago. Nang matanaw niyang pabalik na si Mang Rey, binilisan niya ang nguya't halos mabulunan sa dami ng laman ng bibig.

"Ambilis mo, ah," bati niya kay Mang Rey.

"Dong." Inilapit niya ang mukha kay Dodong.

"Oh?"

"Si Che, naro'n sa Caltex, CR," bulong nito sa kaniya.

Natigilan si Dodong. Nagmamadali siyang dumukot ng barya at iniabot kay Mang Rey.

"'Yung kulang, bukas na. Salamat, Mang Rey!"

Nagmadali siyang lumakad papauntang Caltex, dalawang kanto ang pagitan sa Karuza. Sabik siyang makitang muli si Che.

Pagdating sa Caltex, pumoste siya sa labas ng CR ng babae, sumipol nang tatlong beses. Maya-maya pa, nakaramdam siya ng bigwas sa kaniyang likuran na nagpatiklop sa kaniya. Sinundan iyon ng isang sargo sa mukha na nagpamalas sa kaniya ng pilak na kislap. Napaluhod siya sa sakit. Pinipilit niyang umahon ngunit gegewang-gewang na siya sa hilo. Dumilim ang paligid. Kalabog ang huli niyang narinig.

PAGBALIK NG MALAY, nanggigitatang inodoro at nakasusulasok na amoy ng ihi't taeng binuro nang matagal na panahon ang bumati kay Dodong. Nakahandusay siya sa malagkit na sahig na nakukumutan ng ihi, dura, lumot, at makutim at mabahong tubig na nagmumula sa mga sirang tubong inari na ng kalawang.

Di pa man naibabangon nang husto ang katawan, nakatikim na siya ng isang mabigat na tadyak sa mukha. Talsikan ang malapot na dugo sa sahig mula sa kaniyang ilong. Humalik ang mukha niya sa masabaw na sahig. Dakma sa buhok, iniahon siya ng mamang tumadyak sa kaniya't isinandal siya sa pader ng cubicle, sa mismong tapat ng inodoro.

"Putangina mo, kumusta ka na?"

Pilit na inaninag ng pikit niyang mga mata ang mukha ng mama. Hapdi sa kaniyang paningin ang matapang na kulay ng aandap-andap na ilaw. Pilit mang aninagin, hindi niya mapagsino ang lalaki. Ang alam niya lang, apat na malalaking mama ang tinitingala niya.

"Di mo 'ko nakikilala, ha?" Isang mabigat na tadyak muli ang pinawalan ng mama deretso sa dibdib ni Dodong.

"Ughhh!" Napadura siya ng dugo. "H-Hindi. A-Ano'ng atra—so ko, Tsip?" sagot niya sa mama.

"E, nagpapatawa 'ata 'tong bwakananginang 'to, e?" Muli, nagpakawala ito ng mas lalong mabigat na tadyak.

"Ahugh!" Bumakat ang detalye ng suwelas ng boots ng mama sa kaniyang pisngi. "Boss, p-pa—par—parang awa n'yo na poooo. Wala akong at—atraso, bossss," pagmamakaawa niya habang namimilipit sa sakit.

"Boss, wala raw siyang atraso," susog ng isa pang mama.

"Ga'no kasarap ang puke ng isang nagpupumiglas na babae, ha? Sabihin mo nga sa 'kin: Ga'no kasarap?" anang mamang kanina pa umuupak sa kaniya.

"Boss? W-Wa—wala p-po 'kong a-alam," pagdiriin niya.

"Ga'no kasarap kumantot sa gitna ng talahiban, ha?"

Dinakma muli ng mama si Dodong sa buhok at iniumpog sa pader. Umandar sa mga linya ng pingas-pingas na tiles ang sariwang dugo mula sa kaniyang ulo.

Wala na siyang lakas mangatwiran. Nararamdaman na niya ang pagluwag ng kaniyang panga. Pakiramdam niya, kakalas na ang kaniyang malay-tao sa kaniya. Paulit-ulit niyang narinig ang mga salitang kantot, talahib, saksak.

"Putangina mo! Ginahasa mo si Che-Che, hayup ka!!!" Tumalbog sa bawat sulok ng banyo ang sigaw na 'yon. "Pinatay mo si Che-Che, bwakanangina mo ka!"

Muling tumalbog ang ulo ni Dodong sa pader na lalo pang nagpalakas ng tagas ng dugo niya. Di niya na alintana ang kirot ng mga sugat at bigat ng mga tinanggap na bigwas. May kung anong nagpaahon sa kaniya nang marinig ang pangalan ng kasintahan.

"B-Boss? T-Tsip? Wa—w-wala akong ki—kila—kilalang Che," nangangatal niyang sabi.

"Ahhh... nagmamaang-maangan ka pang hindot ka?"

Binitbit siya sa buhok ng mama, umalalay ang isang kasama nito.

"B-Boss, p-pa—parang awa n'yo na pooo—b-bo—blll-blbbbbb-brbbbsh!"

Noon di'y natikman niya ang sabaw ng kasumpa-sumpang inodoro—ang natatanging lasa ng binurong tae at ihi sa nabubulok na banyo ng Presinto Nuwebe.

Pag-ahon sa kaniyang ulo, ramdam niyang may alanganing malambot, alanganing matigas sa loob ng kaniyang bibig. Halos dumikit sa kaniyang lalamunan; kaunti na lamang, malulunok na niya. Nabilaukan siya. Buong puwersa niya iyong iniubo at itinulak nang padahak, at nakita niya ang piraso ng tubol sa niluluhurang sahig. Sinundan iyon ng mala-miswa de-lugaw na suka.

"Damputin mo 'yan, putangina ka!" mando sa kaniya.

Patuloy ang pagdura niya ng dugo. Wala na siyang naririnig kundi ang tinig ni Che. *"Takot na takot ako, Dong."* Di na niya alintana ang kabi-kabilang bigwas, suntok, at tadyak. Wala na siyang nararamdaman.

"Putangina mo, hindi mo dadamputin?"

"Boss, matigas si Gago, oh? Bingi-bingihan amputa!"

"Putukan 'yan para bumalik sa ulirat."

Humugot ng pistola ang mama sa kaniyang harapan, nagkasa, itinutok ang malamig na nguso ng baril sa kaniyang sentido. Wala siyang reaksiyon.

"Mga b-bo—b-boss, m-maniwala po ka—ayo," pagmamakaawa niya.

"Ulul!"

"Sino'ng bobo, ha?"

"Tangina ka, damputin mo 'yang idinura mo!"

Bang! Laglagan ang mga antigong agiw mula sa kisame.

Para siyang initsa pabalik sa realidad, tila isdang inalis sa tubig. Halos wala nang ipinag-iba ang panginginig ng buo niyang katawan sa pangingisay ng nalasong daga.

"Ha-ha-ha-ha-ha-ha!"

"Putangina ka, damputin mo 'yang idinura mo!"

Nagmamadali niyang dinampot ang idinurang tubol. Nataranta siya. Para itong isdang nagpupumiglas sa dulas.

"Isubo mo," utos sa kaniya habang nakatutok pa rin ang baril sa kaniyang duguang ulo.

Hindi niya lubos maisip na nasa sitwasyon siya kung saan kailangan niyang kainin ang tae ng iba, na kung iisipi'y kahit sariling tae niya ay di niya magagawang kainin.

"Putang… di mo kakainin 'yan, ha?!"

Mas mariin ang pagkakatutok ng baril ngayon sa ulo niya.

"Lumayo kayo nang kaunti, baka matalsikan kayo," paalala ng mama sa mga kasama.

Naiisip na ni Dodong ang mga susunod na eskena. Utak niya ang tatalsik kapag hindi niya kinain ang tae.

Bang! Isa na namang putok ang pinakawalan, ngayo'y sa bunganga na ng inodorong katabi niya. Sambulat ang sabaw ng inodoro sa buong cubicle, talsikan ang mga nadurog na tae. Pikit-mata at natataranta niyang isinalpak sa bibig ang tangan na tubol.

"Huwag mong lulunukin 'yan. Nguyain mo muna."

Nginuya niya na parang chewing gum ang tubol. Di niya namalayan ang paggapang ng luha sa magkabilang pisngi. Iniisip niya si Che, ang sinapit nito. Nakatitig siya sa naglulusak na sahig. Manhid na ang kaniyang pandama ngunit hindi ang isipan; hindi ang alaala. Namalas niya sa malapot na tubig ng sahig ang isang humahalakhak na mama—ang mamang nagpaliit sa kanilang mundo, ang mamang dahilan ng di-gumagaling na mga pasa't galos sa katawan ni Che, ng kalyo nito sa pagkababae. At ngayon, sa hinala niya, ang mismong may gawa ng katarantaduhan sa kasintahan na sa kaniya ngayon ibinibintang. Ang mamang may-ari ng batas. Si Elmer.

9

HINDI KO MAIGALAW ang mga bisig ko. Kahit sa pagkurap, dama ko ang kirot ng buo kong mukha. Hanggang sa mga pagkakataong ito, ipinadarama ng bugbog kong katawan kung gaano ako ka-inutil. Wala na si Che. Wala rin akong nagawa. Alam ko naman sa sarili kong mauuwi sa ganito, pilit lang itinatanggi ng isipan kong palaging nakataya sa mga pagkakataon. Makasarili nga talaga ang tao. Asa ako nang asa sa mga pagkakataon. Nakalimutan ko na'ng makipagbuno sa sarili ko. (Na)duwag ako, kaya nga lagi't lagi'y nakaasa ako sa ibibigay ng pagkakataon. Sa isip ko, pagsasawaan din ni Elmer si Che at makapagsasama na kami nang mapayapa pagtapos n'on. Wala akong ginawa para makuha si Che. Ang nangyari, ipinaubaya kong lahat sa anting-anting ng pagkakataon. Naghintay lang ako nang naghintay, habang si Che nagtataya ng buhay para manatili kung ano'ng mayroon kami. Kahihintay kong magsawa ang putanginang si Elmer, heto, inunahan niya na ang hinihintay kong pagkakataon. Itinumba niya si Che para di pakinabangan ng iba—para hindi ko pakinabangan, para hindi niya madamang pinindeho siya, para hindi lumabas na kahiya-hiya siya. At ngayon, sa akin nakapangalan ang kawalang-'yaang ginawa niya.

Kung bakit hindi pa ako tinapos ni Elmer at ng mga tropa niya, hindi ko rin alam. Malabo namang naawa lang sila sa 'kin. Siguro may naghihintay pang mas karumal-dumal na palabas ang mga hayup na 'to. Pero ang dinig ko sa usapan nila kanina, iimbestigahan pa raw ako. Sa loob-loob ko, ang mga putangina, matapos akong halos patayin nang sampung beses, saka ako paiimbestigahan. Kung kailan tanggap ko nang ito ang kapalaran ko, saka uungkatin ang mabantot kong buhay. Nga naman, para maging malinis ang pagsipa sa 'kin papuntang Munti, at doon, sa basbas nila, hindi matatahimik ang butas ng pwet ko hangga't may sikip itong natitira.

"Pst, hoy!" tawag ng nasa mesa.

"Ako, ser?" paniniguro ko.

"Ikaw lang naman ang ipis d'yan sa selda, e," hirit niya.

"Bakit po, ser?" tanong ko.

"May bisita ka raw."

"Ano ho'ng pangalan?"

Dinampot niya ang telepono at kinausap ang nasa kabilang linya.

"Bulkan daw."

"Naku, ser. Baka pumutok 'yan dito," hirit ko.

"Tarantado! Kilala mo ba 'to o hindi?"

"Pasensiya na, ser. Kilala po."

Bumalik siya sa telepono at kinausap muli ang nasa linya. Pagkababa ng telepono, bumalik ito sa pagtipa sa naninilaw na makinilya.

Maya-maya pa, naaninag ko na si Buldan, eskort ng isang bagitong pulis. Bago dumeretso sa akin, kinausap muna ito ng kaniyang eskort, halatang nagbibilin ito at namumulis. Ilang duro ang inabot ng kaibigan ko, panay tango naman ang sagot niya. Ilang saglit pa, lumabas na ang pulis at dumeretso si Buldan sa akin.

"Dong, sino'ng may gawa niyan sa 'yo?" bungad niya sa akin sa tono ng pagkabigla.

"Nilapa ako ng maraming lamok dito, e," biro ko.

"Seryoso ako, Dong."

"'Yung umeskort sa 'yo, isa siya," mahina kong sabi.

"Isa siya? Ilan ba sila?"

"Apat siguro."

"Tangina, Dong. Bakit ka nagpahuli?"

"Gago, ibang kaso 'to."

"Ha?" taka niya.

Sa pagitan ng mga rehas, idinungaw ko ang aking bibig palapit sa kaniya. "Napagbintangan akong pumatay."

"Putsa, sino'ng patay?" gulat niya.

"Hinaan mo 'yang boses mo. Kalma. Ako 'tong narito at bugbog-sarado, ikaw d'yan ang natataranta."

"Dong, sino? Kilala mo ba?" usisa niya.

"Si Che."

"Sinong Che?"

"'Yung syota kong taga-Red Butterfly."

"Ano'ng nangyare?"

"Ginahasa 'tapos pinagsasaksak." Di ko napigilan ang pagtulo ng luha. Napakunot ang noo ni Buldan.

"Putangina, Dong! Pa'no naman nila nasabing ikaw ang may gawa?"

"Mahabang kuwento, Buldan."

"Tangina, Dong. Pa'no ka? Magkano ba ang piyansa?"

"Hindi ko alam. 'Wag ka nang magbalak na piyansahan ako, malamang haharangin lang ni Elmer."

"Sinong Elmer, Dong?"

"Basta."

"Dong, pa'no ka, Dong?"

Tumatagos sa akin ang labis na pag-aalala ni Buldan; ang labis na takot. Hinawakan ko siya sa damit at inilapit sa 'kin sa puntong halos magdikit ang mukha namin, kundi lang sa mga rehas sa aming pagitan.

"Ganito. 'Yung poster ni Glydel Mercado malapit sa aparador, sa likod nun, meron akong ginawang maliit na lalagyan ng mga gamit ko. Buksan mo 'yon. Merong bilog na latang lalagyan ng biskuwit do'n, naro'n 'yung mga sulat at litrato ni Che, at tanda ko, may dalawang tea bag pa ng chongki dun at bawas na puti. Linisin mo 'yon. 'Yung mga litrato, sunugin mo. 'Yung mga item, alam kong susunugin mo rin."

"Oo, Dong. Sige."

"Itinanggi kong kilala ko si Che."

"Dong, dadalaw sila sa kuwarto?"

"Kaya nga pinalilinis ko sa 'yo, e."

"O, sige, Dong. Lilinisin ko lahat."

Bumalik na ang eskort niya. Tinapik ko si Buldan sa balikat, pagpapaabot kong magiging maayos din ang lahat.

"O, sige na. And'yan na sundo mo."

"Balik ako bukas, Dong."

"Ingat ka."

"Ikaw ang mag-ingat, Dong!"

Ineskortan na si Buldan palabas. Sumalampak ako sa sulok na kinalalagyan ko kanina, sa bahaging madilim. Ayoko muna ng liwanag.

10

TAONG 2006 NANG ulilain si Buldan ng di na mabilang kung pang-ilang sunog sa looban. Isang araw, galing sa pangangalakal, inabutan na lang niyang kabi-kabila ang bombero sa labasan. Daglian siyang sumiksik sa mga taong nagkakagulo. Di pa man umaabot sa pusod ng looban kung sa'n nakatirik ang kanilang munting lungga, sinalubong na siya ng beteranong durugista na si Andoy—ang kinakasama ng kaniyang ina—at ibinalitang kasama ang ina at tatlong kapatid sa mga natupok sa looban. Walang reaksiyon sa mukha ni Buldan, walang bakas ng bigat ni hibla ng pagkabigla. Isang bahagi ng kaniyang damdamin ang nagdiriwang. Sa loob-loob niya, maigi na rin ang nangyari. Tapos na ang bangungot ng tatlo niyang kapatid na babae, kasamang natupok ang mapapait na alaala ng pananamantala ni Andoy sa kanila. Tatlong araw ang lumipas, natagpuang nakabulagta si Andoy sa harapan ng bahay ng bago nitong kinakasama. Tama ng sumpak sa leeg ang tumapos sa kaniya.

MADALING-ARAW, NAALIMPUNGATAN AKO sa kalabog ng batuta sa rehas. Kinusot-kusot ko ang mga mata kong lalong hinilam ng liwanag ng flashlight.

"Bangon d'yan, huy!" Tuloy-tuloy siya sa paghampas sa rehas.

Nagbangon ako. Tinanggal niya ang kandado, binuksan ang selda. Naghahatid ng malalakas na kalabog sa dibdib ang tunog ng mga bakal na nag-uumpugan.

"Talikod, boy," utos niya. Kalansing ng posas ang sumunod kong narinig.

Tumalikod ako at inilagay ang magkabilang braso sa likod. Sa bigat ng kamay niya, pakiramdam ko'y nagtamo agad ito ng malalaking pasa. Lumakad kami papalabas.

ILANG BUWAN DING nagpagala-gala si Buldan at umasa sa pamamasura. Noon di'y napadalas ang pagsinghot niya ng vulca seal na ibinebentang tingi-tingi ng Intsik na si Mi Xang. Ang lagay kasi, mas mura't tumatagal ang espiritu ng vulca seal sa utak kaysa sabaw at kanin sa sikmura na siya lamang kayang abutin ng limampiso niyang kinikita sa pamamasura.

Minsan napasama siya sa isang grupo ng mga batang hamog na namamahay sa isang abandonadong gusali sa Bicutan. Sa gusaling iyon, wala silang inatupag kundi ang suminghot ng vulca seal at rugby. Doon din unang beses natikman ni Buldan ang sunog na luto ng Diyos—si Penpen, ang kaisa-isang babae sa gusali at siyang sawsawan ng buong grupo. Isang beses, habang kinakain niya si Penpen, may kung anong insekto na kumagat sa labi niya. Namaga nang husto ang nguso niya at isinumpang hindi kakaining muli si Penpen. Malala na pala ang kuto nito.

SA PARKING AKO dinala. Naghihintay sa amin ang isang Vios. Natanaw ko si Elmer at iba pa nitong kasama, nagtatawanan.

"O, 'ayan na pala, e."

Bago ipasok sa sasakyan, piniringan muna ako. Ilang doble ng tela 'ata ang itinapal sa mga mata ko. Gusto siguro nila, huwag ko nang makita ang karumal-dumal kong sasapitin sa kamay nila. Mababait na pulis.

Umusad ang sasakyan papalabas ng parking. Pandinig at pang-amoy ang pinagana ko. Habang biyahe, puro tsk ng lighter ang naririnig ko.

"Isara mo nang maayos 'yang bintana, Cortez."

Ang mga putangina, sa alog ng biyahe, nakuha pang bumatak.

"Sa'n banda 'yung Dreamland?" Galing ang boses sa kanan. Masama ang kutob ko, di ako sumagot.

Isang mainit na sapak ang dumampi sa mukha kong di pa umiimpis sa pamamaga. Wala akong balanse, napahiga ako sa aking kaliwa.

"Putangina, Cortez! Dahan-dahan ka!"

Inihagis ako pabalik sa gitna ng nasa kaliwa ko. Dama ko ang pagtulo ng mainit na dugo sa magkabilang butas ng ilong ko, dere-deretso sa aking bibig.

"Sa'n nga ulit banda 'yung Dreamland?" ulit ng nasa kanan.

"Sa likod ng bagong tayong Camella," sagot ko.

"Ulul!"

Sagapak mula sa kaliwa, dama ko ang pagyanig ng aking panga. Kanina'y lasa ng kalawang lang ang nanunulay sa mga labi ko, ngayo'y may halo nang alat ng luha. Sa sobrang sakit at kirot ng mga tama ko, kusa na itong bumagsak.

"Putangina ka! Sa'n ang Dreamland?"

DI NAGTAGAL, NILAYASAN din ni Buldan ang gusaling iyon. Pa'no kasi'y ilang gabi na siyang di makatulog nang matino. Pa'no ba naman, nang mabuntis si Penpen at talaga namang wala nang paraan para magamit ito, siya ang pinag-interesan ng mga kasama. Kaya nagdesisyon siyang bumalik sa pagiging lehitimong palaboy.

Sa pagtitiyaga, naempleyo siya bilang magbobote sa isang junk shop malapit sa dating tinitirhang looban. Kung dati'y kolorum ang datingan niya sa lansangan, ngayon ay mayroon na siyang maipaparadang kariton na nasusulatan ng malaking ONLY GOD CAN'T JUDS ME +++ RIL TAGS.

Nagkaroon ng kaunting asenso si Buldan. Ang noo'y limampisong kita ay umakyat ng bente pesos. Nabawasan ang pagsinghot niya ng vulca seal at napadalas ang kain niya ng lumpiang toge na siyang pinakaabot-kayang pagkain sa looban. Kung iniisip mong Lucky Me pancit canton, di hamak na mas may lohika pa ang mga alikabok kaysa sa 'yo.

NAALALA KO ANG sabi ni Che. Sa lawak ng koneksiyon ni Elmer, wala itong hindi nalalaman. Pero ngayon, pinipiga nila ako kung saan ang Dreamland.

"Tsip, sabi nung magpipisbol, dun daw malapit sa pabrika ng sabon," putol ng nasa harap, at tama siya.

"O, kupal. Akala ko ba sa likod ng Camella?" hirit ng nasa kanan.

Di ako umimik. Nag-abang ako ng dagok.

"Ugh!" Muntik ko nang maidura ang kaluluwa ko. Para akong inalisan ng hangin. Kung kailan inihanda ko ang ulo at mukha, sa dibdib naman ako tinira.

"Hoy, putangina mo, makinig ka. Alam mo na kung sa'n tayo papunta. Isa pang pang-uulul mo, hindi na tayo aabot sa lugar mo," dagdag ng nasa kanan.

Puwede na akong mamatay no'ng gabi pa lang na ibinalita sa 'kin ang sinapit ni Che. Ito lang si Elmer, e—walang bayag, kailangan pa ng tagasalo ng katarantaduhan niya. Oo nga naman, konektado sa kaniya si Che, walang hindi nakaaalam n'on at hindi iyon basta-basta koneksiyon. Pare-parehong alam ng mga tropa niyang parak na suspek siya. Pero para nga naman pagtakpan ang kademonyohang ginawa, para maghugas-kamay, para magmukhang nag-imbestiga at para din hindi siya ang maimbestigahan, para mukhang nagtrabaho, nauna nang gumalaw si Gago. Kaya heto ako, tupang alay.

Hirap sa mga nasa posisyon, akala nila lahat ng tao kaya nilang ululin. Putsa, kahit mga tubong looban na hindi nasayaran ng edukasyon ang kukote, marunong din mag-isip. Nagkataon lang na sila ang inarmasan ng gobyerno kaya ang lalakas ng loob ng mga putangina; mga lasing sa kapangyarihan. Bawal magsabi ng kung anumang nasa isip, lalo kung di maganda sa pandinig nila—dahil wala naman ni ga-kulangot na tutong na magandang masasabi tungkol sa kanila. Kaya ang mangyayari, manahimik na lang kaysa tinggaan sa ulo.

Sana bago kami makarating sa kuwarto, nakapaglinis na si Buldan. O kaya sana maaksidente na lang 'tong sasakyan.

"Huwag mo na kaming pahirapan, ha? 'Wag mo na ring pahirapan ang sarili mo. Isang tanong, isang sagot lang. Malalaman namin kung inuulol mo kami o nagsasabi ka ng totoo. Naiintindihan mo?"

Tango ang sagot ko. Bahala na.

ISANG TANGHALING PAUWI si Buldan galing sa pag-iikot-ikot at pagbabahay-bahay, isang lalaki ang biglang sumisid sa kaniyang kariton, nagmamakaawa dahil may humahabol daw sa kaniyang masasamang-loob. Tinabunan niya ito ng mga karton, diyaryo, at sako. Nang makita niya ang tatlong mamang nananakbo, natuklasan niyang mga pulis pala ang sinasabi ng lalaki na masasamang-loob. Sa puntong iyon, alam na niya ang biyahe ng lalaking nakatanim ngayon sa kaniyang kariton.

Nang makulayo ang mga pulis, tumulak siya papunta sa ihawan ni Mang Max. Doon na rin umahon ang lalaki. Labis ang pasasalamat nito sa kaniya. Bilang ganti, inilibre siya nito ng lumpiang toge.

Kahit pa alam na ang diskarte ng lalaking iyon, hindi pa rin siya nangimi na magtanong kung bakit ito hinahabol ng mga pulis. Wala ring pangingiming sumagot ang lalaki na isa siyang holdaper. Pumalpak ang lakad nila ng kaniyang kasama dahil may pasahero palang pulis na hindi nakauniporme ang dyip na hinoldap nila. Ang nangyari, nakakontak agad ang pulis sa mga kapwa nito pulis. Pero bago pa man rumesponde ang mga kasama nito, nabaril na ng pulis na nakasibilyan ang kasama niya sa paa. Wala silang kalaban-laban dahil patalim lang ang dala nila. Nang marinig ang galit na galit na wang-wang, umeskapo na siya at iniwan ang kasamang may tama.

NAGBUKAS NG BINTANA ang nasa harap, narinig ko na naman ang tsk ng lighter. Una kong nalanghap ang amoy ng usok ng sigarilyo, sumunod ang matapang na amoy ng sabong panlaba. Malapit na kami sa Dreamland. Sampung beses ang bilis ng tibok ng puso ko. Putangina, ang mabigat pa nito, bukod sa kung hindi pa nalilinis 'yong mga ebidensiya, kapag inabutan naming bumabatak si Buldan, yare.

"Boss, natatanaw ko na 'yung pabrika."

"O, bulbol. Malapit na tayo sa Dreamland. Tandaan mo: Isang tanong, isang sagot, ha? Gawin natin nang mabilis 'to. 'Wag mo kaming paiikot-ikutin, masama kaming napapagod."

"Opo," sagot ko.

HANGGANG SA NAUWI ang pagkukuwento ng lalaki sa iba pang mga karanasan nito sa panghoholdap. Ang malas, buwenas, at ang mabilis na kita. Sa pagpapaandar ng lalaki tungkol sa kaniyang mga lakad, sa pagitan ng mga kuwento, may kung anong parang kumiliti sa pandinig ni Buldan. Pakiwari niya, mabilis na nakuha ng lalaki ang kaniyang loob.

Nagpresinta siyang sumama rito at sumubok sa ganoong klaseng hanapbuhay. Mabilis namang tumanggi ang lalaki, siya namang sumbat niya sa pagliligtas ng buhay nito at pananakot na ituturo ito sa mga pulis. Hindi naman natinag ang lalaki, pirmi ito sa kaniyang desisyon na hindi siya isasama dahil kakikilala niya lang dito at sa tantiya niya, hindi ito uubra dahil mukhang mahina ang ulo at mapurol sa diskarte. Sa dismaya, nagpaalam si Buldan sa lalaki at tumayo nang walang bawas ang kaniyang lumpiang toge.

PUMARADA ANG SASAKYAN sa parking sa labas ng pabrika, isang kanto ang pagitan sa Dreamland. Gumaan ang aking tabi, nagbabaan na ang mga hudas. Ilang segundo ng kapayapaan ang nadama ko.

Hinila ako ng nasa kaliwa. Masubsob-subsob ako sa paghila sa 'kin ng walang-hiya. Nagsimula kaming lumakad, ala-alalay ako ng isa.

"'Yung dumalaw sa 'yo kanina, ano mo 'yun?" boses ng nasa harapan kanina.

"Kapitbahay," tipid kong sagot.

"Tingin mo, tanga kami?" sundot pa niya.

"Akala mo siguro di namin alam na nagbilin ka dun sa tropa mong di marunong maligo, ano?" dagdag ng nasa likod ko.

Parang sasabog na ang dibdib ko. Pakiramdam ko, matatae na ako sa nerbiyos. Hindi na ako umimik.

Nagtuloy kami ng lakad hanggang sa marating namin ang bunganga ng Dreamland.

"Boy, nandito na tayo. Ayaw namin ng maraming kung ano-anong kahindutan, ha? Mahiya ka sa mga kapitbahay mong nagpapahinga. Alanganing oras maaalimpungatan sila, 'tapos makakakita ng taong nakabulagta habang umaagos ang malabnaw na utak sa kanal."

"Opo... opo."

Pumasok kami sa looban. Bawat hakbang, dama ko ang palakas nang palakas na ngatog ng magkabila kong tuhod.

"O, dalawa itong lulusutan. Kaliwa o kanan?"

"Kaliwa..."

HABANG TUMUTULAK PATUNGONG junk shop, may biglang umakbay kay Buldan sabay tutok ng matigas na bagay sa kaniyang tagiliran. Napahinto siya sa pagtutulak. Paglinga niya, nakilala niya agad ang lalaki—ang lalaking iniligtas niya kanina. Bigla rin naman itong kumabig ng biro. Walang paglagyan ang tawa ng lalaki sa reaksiyon ng mukha ni Buldan.

"Sabi ko sa 'yo, di ka pa puwede, e," kantiyaw ng lalaki sa kaniya.

"O, e, bakit mo pa 'ko hinabol, tanga?" sagot niya.

At ipinaliwanag ng lalaki na naghahanap din siya ng mauupahang kuwarto sapagkat mainit na siya sa kaniyang lugar at kailangan nang maglipat.

"May alam ako," mabilis na tugon ni Buldan sa lalaki.

"Mabuti. Samahan mo naman ako," pakiusap nito.

"E, akala ko ba ayaw mo 'kong kasama sa lakad?" balik niya sa lalaki.

Hindi ito nakasagot agad.

"Putangina, sige na. Isauli mo na 'yang kariton mo. Pag naihanap mo 'ko ng palag na kuwarto, isasama kita sa mga lakad ko," kabig ng lalaki.

"'Yon lang pala, e!"

Nagdiwang ang kalooban ni Buldan. Ipinarada muna niya ang kariton sa junk shop at saka sinamahan ang lalaki sa paupahang kuwarto ni Mang Max.

DAGLI NIYANG TINANGGAL si Glydel, sa likod nito'y isang butas na natatapalan ng karton ng Zest-O. Sa tagal ng pagasasama nila sa kuwarto, hindi naisip ni Buldan na may butas pala sa likod ng poster ni Glydel. Tinanggal niya ang tapal, naro'n ang maliit na lata ng biskuwit. Kinuha niya iyon, itinutok sa tenga at inalog-alog.

MAY LABINLIMANG MINUTO na kaming lumalakad. Kung hanggang saan ko sila kayang paikot-ikutin, punyeta, bahala na.

"Putangina, boss. Kanina pa tayo paikot-ikot, ah?" sulsol ng isa kay Elmer.

"Kaliwa, kanan, o deretso?" boses ni Elmer.

"Kanan," tipid kong sagot.

"Siguraduhin mo lang," balik nito sa 'kin.

"Sigurado po." *Barilin n'yo na 'ko, mga putangina n'yo!*

Huminto kami, kinalag ang piring ko. Kaharap ko na ang kuwarto namin. Mahuhusay na mga ulupong ang mga putanginan' 'to. Yari ako.

"Ano'ng masasabi mo ngayon, ha?"

"Sabi ko sa 'yo, di mo kami mauulol, e."

Isang mabilis at malakas na tadyak sa balakang ang tinanggap ko. Tumalsik ako sa mga timbang nakahilera sa labas. Kahulan ang mga aso.

"Putangina, Cortez! Walang gagawa ng ingay, di ba? Tangina mo naman, e."

"'Sensiya na, boss. Tangina kase nito, e." Amba pang sisipain ako ulit.

Itinayo ako ng sumipa sa akin, siyang hingi niya ng dispensa kay Elmer. Mukhang mahimbing ang tulog ni Buldan. Ganito kasing kaunting ingay sa labas, dumudungaw agad si Gago, nag-aabang ng gulo, ng mapapanood. Ngayon, wala. Malalim din ang tulog ng bahaging ito ng looban at tanging mga kahol lang ng aso ang karamay ko.

Tinadyakan ng tinatawag niyang Cortez ang yerong pinto ng kuwarto. Nakalas ang bisagra nito. Naiwan kami sa labas ng bantay ko, pumasok ang tatlo.

"Putangina, boss!"

"Tsk! Tsk! Tsk! Putang—"

"Tsk! Papasukin mo nga 'yan dito," utos ni Elmer sa bantay ko.

Itinulak ako ng gago papasok sa kuwarto. Tumambad sa akin ang nakahandusay na katawan ni Buldan. Bumaligtad ang sikmura ko. Gusto kong masuka. Pakiwari ko, hinihigop ako ng lupa. Tinatakasan ng lakas ang mga tuhod ko. Bumubula ang bibig ni Buldan, naglalawa sa dugo ang sahig, hubo ang syorts, putol ang titi. Nagkalat ang mga litrato ni Che. Sa uluhan ni Buldan naroon ang isang silver na kuwintas na may pendant na puso na may mga mantsa ng dugo katabi ang nakataob na botelya ng silver cleaner.

II

ANG MGA KARAHASANG KUMAKANDILI SA ATING LAHAT

11

UMAGA, TILA NAGLALARO ng sasara-bubuka ang bulaklak ang mga tao sa nanggigitatang court ng Dreamland, at habang papalakas nang papalakas ang ugong ng bulungan at huntahan sa paligid, papakapal din nang papakapal ang bilog. Ang mga miron, lusaw at gusot ang mga pagmumukha, nakasupalpal ang mga palad sa ilong, nilalabanan ang namamayaning sangsang sa paligid.

"Ka-grabe naman ng gumawa ni-yan, walang kalulu-a!" nasambit ng aleng maduwal-duwal sa tanawing hindi naman siya pinilit na makitanaw.

Iiling-iling ang magkapatid na sina Butsok at Myla nang mapadaan sa court at maamoy ang matapang at malansang singaw na nanggagaling sa umpukan. Di na bago ang ganoong kaso sa kanila; lumang tanawin 'ika nga. Pumasok sila sa court at nakisiksik sa mga tao. Parang umilag sa magkakambal na sampal ang magkapatid nang makita ang pinagkakaguluhan.

"Kadiri! Siraulong sinapian ng diyablo ang gumawa niyan, Kuya!" anas ni Myla sabay takip ng bimpo sa bibig at ilong.

"Di ka pa nasanay. Buwan-buwan 'ata may itinatapong bangkay dito sa 'tin," tugon ni Butsok. "Ang mga walang-hiya, ginagawang tambakan ng mga kinatay nila 'tong lugar natin."

Kumalas ang dalawa sa bilog at lumayo.

"Tingin mo, Kuya, bakit?" naitanong ni Myla.

"Para taga-Dreamland din ang dadamputin. Pandagdag dahilan kung bakit kailangan nang mabura sa mapa ng siyudad na 'to itong lugar natin. Ganoon kasimple."

"E, pano'ng—di naman natin kilala dito 'yang bangkay na 'yan. Di naman tagarito 'yan, e."

"Pag sinabi ng mga pulis na taga-Dreamland 'yan, walang magagawa ang mga taga-Dreamland."

"Ganun?"

"Oo, ganun. Halika na, male-late ka na."

Dagling nilisan ng magkapatid ang court at dumeretso sa pilahan ng traysikel. Isinakay ni Butsok si Myla.

"Ingat ka, huy," paalam ni Butsok sa kapatid sabay kusot sa buhok nito.

"Kuya naman, e! Buhok kooo!" siyang palis niya ng kamay ni Butsok sa kaniyang ulo.

"He-he-he! O, siya, sige na." Tinapik niya nang dalawang beses ang bubungan ng traysikel, humarurot ito at inihatid ng kaniyang paningin papalayo sa labasan ng Dreamland.

"Tsok!"

Galing ang boses sa kaniyang likuran. Nilingon niya ang tumatawag—si Jeffrey, nakatambay sa gulamanan ni Aling Mareng. Nilapitan niya ito.

"Ano'ng meron?" Sabay untog sa kamao ni Jeffrey na naunang mag-umang ng kamao.

"'Kita mo na 'yung bangkay dun sa court?" tanong nito habang nagkakarga sa pipa.

"Ah, oo. Sa'n daw galing 'yon?" usisa ni Butsok.

"Pangalawa na 'yan, Tsok." Singhot-dahak-dura.

"Una pa lang 'yan itong buwan na 'to pagkakaalam ko."

"Hindi, gagi. Ibig kong sabihin, pangalawang kaso na 'yan."

Kumunot lang ang noo ni Butsok. Nagpapahiwatig ang mga guhit sa kaniyang noo na hindi niya naunawaan ang sinasabi ng kausap.

Nagsindi si Jeffrey, humithit, maubo-ubo, sumundot pa ng isang hithit at saka ipinasa ang pipa kay Butsok.

"P're, mga bading ang biktima. *Ahemgk!* 'Yung una, sa Hagonoy nakuha. Pangalawa 'tong dito sa 'tin. Ganyang-ganyan din daw ang porma ng pagpatay dun sa nakuha sa Hagonoy."

Bumalik sa isipan ni Butsok ang imahe ng bangkay sa court. Buong-baga siyang humithit-buga. Nalunod siya sa isa't kalahating segundong katahimikan at nang makabalik ay parang aandap-andap na ilaw na umapuhap ng itutugon sa kausap.

"Ano kaya'ng trip ng gumagawa niyan? *Uhmahghk!* ." Ibinalik ang mamasa-masa nang pipa kay Jeffrey.

"Kung holdap lang 'yan, di naman para ganunin pa. Ambrutal, e."

"Umabot talagang nakadalawa, ano? Ano'ng ginagawa ng mga pulis?"

"Malay natin, baka pulis din yumare, di ba?"

"Hmmm. Bahala sila. Di ka naglabas ngayon?" pag-iiba ni Butsok.

"Nakapila d'yan. Layo pa naman, e. Tumal. Tamang sindi na lang muna."

"Ahhh. O, pa'no? Una na muna 'ko, ah? Papasok na si Tatay, e. Walang maiiwan sa bahay," paalam ni Butsok sabay umang ng kamao, siyang untog naman ni Jeffrey dito.

"Ah, nanay mo?" habol ni Jeffrey.

"Nasa chapel. Bakit?"

"Ah, wala. Aalukin ko lang sana ng produkto ni Misis—mga bago ng Avon."

"Puntahan mo na lang do'n. Dun lang 'yon nagbababad."

"Salamat, Tsok!"

"O, siya. Una na 'ko, ah."

Lumakad si Butsok pabalik ng court, muling nakigitgit sa umpukan, di alintana ang lalong nakasusulasok na amoy. Mataman niyang pinagmasdan ang bangkay, tila taeng patuloy na dinudumog ng maseselang langaw ang nasa loob ng bilog. Hanggang mamaya-maya pa'y inagaw ng alingawngaw ng wang-wang ang atensiyon ng mga taong nagkaingay. Ang iba, partikular ang mga aminado sa sarili nilang sila'y may atraso at ilang kalalakihang hindi maitatago ang mga indikasyon ng pagiging durugista'y nagsipagtakbuhan papalayo sa eksena. Iniluwal ng dalawang mobil ang grupo ng mga unipormadong pulis at crime officers. Di pa man tuluyang nakalalapit sa eksena'y unti-unti nang kumalas sa pagkakabilog ang mga miron.

"Clear. Paki-clear ang area," utos ng matandang opiser na nakasalamin.

"Yes, sir!" sagot naman ng mas bata. "O, sige na ho, mga nanay. Puwede na ho kayong magsiuwi at di pa nag-aalmusal ang mga anak ninyo!"

Bahagya lamang lumayo ang iba, habang ang ilan nama'y nagsibalik sa kani-kaniyang lungga. Napalitan ng dilaw na rolyo ang mga taong nakapalibot sa panis nang bangkay. Napalitan ang kaninang ugong ng bulungan at huntahan ng mga pitik at lagutok ng kamera na magluluwal ng mga larawan at tala tungkol sa sinapit ng isang baklang natagpuan isang umaga sa nanggigitatang basketball court ng Dreamland, tadtad ng saksak at nabubusalan ang bibig ng sarili nitong ari.

Dumistansiya si Butsok, sapat para makita ang proseso ng imbestigasyon. Nakamantsa sa isipan niya ang hitsura ng bangkay—ang duguang brip na nakasuot sa ulo, ang putol na ari. Sa kinatatayuang puwesto, wala siyang ibang nagawa kundi ang tumunganga at mamangha.

12

DALAWANG MAGKASUNOD NA sipol ang nagpaahon sa kaniya sa pagkakaluhod—dalawang sipol na inaabangan niya sa tuwina. Dalawang sipol na nagdudulot ng kakaibang alon sa kaniyang tiyan at kalabog sa dibdib. Bago lisanin ang kapilya, nilingon niya ang krusipiho't nag-antada saka iniusal ang mahinang, "Salamat ho, diyusko."

Sa labas, nakaabang si Jeffrey, bitbit ang pamasadang traysikel na hindi pa rin tapos hulugan sa kaniyang tiyuhing retiradong sundalo.

Buong pananabik na binagtas ni Aling Rosa ang labasan at dumeretso nang sakay sa traysikel ni Jeffrey. Bantulot itong humarurot papalayo sa kapilya. Binaybay nila ang daan patungong Barangay Mabini, ilang bloke ang pagitan sa Dreamland. Ipinarada ni Jeffrey ang traysikel sa kaisa-isang vulcanizing shop sa bungad ng looban na pag-aari ng dating kinasama ng kaniyang ina. Binagtas ng dalawa ang makipot na eskinita, dere-deretso papuntang pagawaan ng dirty ice cream ni Mang Ruben na tagapawi ng init sa dalawang magkaibang ibig sabihin.

"'Oy, Jepoy! 'Musta?" bati ng nakahubad na mamang pawisan na naghahalo ng ice cream sa isang malaking plangganang stainless.

"Heto, ayos lang. May bakante ba?" tanong niya sa mama.

"Kinse minuto, Poy, ah? Tapos na 'yung naro'n. Nagbibihis na lang 'yun," tugon ng mama.

"Ahhh. O, sige, hintay lang muna kami rito."

Umupo ang dalawa sa mahabang bangkong nakaharang sa likod ng yerong pinto. Hawak ni Jeffrey ang hita ni Aling Rosa. Takip-takip naman ni Aling Rosa ng panyo ang mga labi, nakayuko at tila umuusal pa rin ng panalangin.

"Ayos ka lang ba, Rosa?" tanong ni Jeffrey kay Aling Rosa habang pisil-pisil ang hita nito sa saliw ng labis na panggigigil.

"Oo naman. Bakit mo naitanong?" sagot ni Aling Rosa sa tono ng isang babaeng binuro ang buong pagkababae sa loob ng kapilyang namumutawi sa mga *Ama Namin* at *Hail Mary*.

"E, kanina ka pa walang-imik, e. Di mo ba 'ko na-miss?" paglalambing ni Jeffrey, gumapang ang kamay malapit sa pagitan ng mga hita ni Aling Rosa.

"Sabik naman ako palagi sa 'yo, alam mo naman 'yon," ganting-lambing nito.

"Hmmm. O baka naman nakatikim ka sa kaniya kagabi kaya wala kang gana ngayon sa 'kin?" kantiyaw ni Jeffrey.

"Sabi ko naman sa 'yo, matagal na kaming walang gano'n ni Delfin," depensa ni Aling Rosa.

"O, e bakit para kaseng di ka excited?" pangungulit ni Jeffrey.

"Naiisip ko kasi si Butsok, Jeff." Mabilis na nagtubig ang mga mata niya.

"Ba't, ano'ng problema kay Butsok?" usisa ni Jeffrey.

Mahikbi-hikbi si Aling Rosa. Hinagod ni Jeffrey ang likuran nito.

"Epoy!" tawag ng mamang naghahalo ng ice cream.

Listong nag-angat ng mukha si Jeffrey, indikasyon na okupado ng utog ang malaking bahagi ng utak niya at di ng pag-aalala sa ipinag-aalala ng kasama.

"Larga na kayo sa taas," abiso ng mama.

Itinayo ni Jeffrey si Aling Rosa na nagpupunas pa ng luha at binagtas ang makipot at maputik na daan patungo sa makunat na hagdan, paakyat sa kuwartong wantupayb (Php125.00) kung tawagin ng mga tao sa Mabini.

Pagdating sa kuwartong isang anay na lang ang di nakapipirma sa tuluyang pagguho, nagmamadaling ipininid ni Jeffrey ang alanganing pinto-alanganing tabing na tabla. Tuloy sa paghikbi si Aling Rosa. Saglit na ipinreno ni Jeffrey ang kulo ng puson nang mapansin ang di-matigil na paghikbi nito.

"Ano ba'ng nangyari kay Butsok?" tanong niya, mas mariin sa pagkakataong ito.

Hindi sumagot si Aling Rosa, bagkus ay pilit nitong siniil ang pagsikad ng dibdib, pilit ikinakalma ang kalooban. Ilang saglit pa'y hinubo na niya ang pang-itaas. Namalas muli ni Jeffrey, sa di-mabilang na pagkakataon, ang alindog ng singkuwenta anyos na ilang taon ding nanatiling payapa ang pampang ng pagkababae—ilang taon ding naghintay ng magtatampisaw roon.

Parang asong ulol na sinakmal ni Jeffrey ang gusot na dibdib ni Aling Rosa, marahas na dinakma ang mga nakayuko nitong suso.

13

MAGKASABAY NA NAKARATING sa bahay ang mag-amang Delfin at Myla. Inabutan nilang nagluluto si Butsok ng ulam para sa hapunan.

"O, bakit ikaw ang nakaharap d'yan? Asa'n ang nanay mo?" bungad ni Mang Delfin habang naghuhubad ng sapatos.

Binitiwan ni Butsok ang ginagawa't lumapit sa ama, inagaw ang kanang kamay at inihalik sa noo. "Baka ho nasa kapilya pa, 'Tay," tugon niya.

"Putris na kapilya 'yan, ginagawang tambayan! Wala nang natatrabaho dito sa sariling pamamahay ang punyeta!" Sabay balibag ng hinubad na sapatos. Agad naman iyong dinampot ni Myla at isinalansan sa maliit nilang sapatusan.

"Baka rin ho kasi nag-community, 'Tay, kaya natagalan."

"Letse siya! Wala siyang mahihita sa bwakanang—pwe! Maano kasing tinanggap na lang sana ang alok na trabaho d'yan sa grocery ni Menchi nang may pirming suweldo buwan-buwan, hindi 'yung ganyang namamalimos kung kaninong hindot! Gabi-gabi na lang 'yan, peste!" At padabog itong dumeretso sa kanilang munting kuwartong natatabingan ng kurtina para magbihis.

"O, kumusta naman sa trabaho, ha?" bati ni Butsok sa kapatid.

"Nakakapagod, Kuya. Gusto ko na nga sanang matulog na, e," tugon ni Myla, bagsak ang mga balikat, mugto ang mga mata sa antok.

"E di sige, magpahinga ka na. Ipagtatabi na lang kita ng pagkain para sakaling magutom ka mamaya, may mabungkal ka."

"Magpahinga? Naku, sana nga. E, hintayin mo pagdating ng nanay, gulo na naman 'yan, Kuya."

Kamot na lang sa anit ang naisagot ni Butsok. Binalikan niya ang kusina at nagpatuloy sa pagluluto.

Paglabas ni Mang Delfin ng kuwarto, bitbit na niya ang alagang rebolber, sinisipat-sipat na para bang unang beses itong nahawakan—parang asong himas-himas, parang Nazarenong pinupupog ng punas.

"Myla, hija!" anas ni Mang Delfin. "Pakisilip 'yung bote ng langis d'yan kung may laman na," utos nito sa anak.

"Opo, 'Tay!" sagot ni Myla.

Pagdukot ni Myla sa bote ng langis sa tabi ng naninilaw na paminggalan, agad itong binigwasan ng pag-aalala. Limang ulit namang balisa si Butsok. Walang laman ang bote. Walang langis. Lumapit si Myla sa ama, tinatantiya ang timpla nito.

"'Tayyy?"

"Oh? 'Yung langis?" paghahanap ni Mang Delfin.

"'Tay, wala po, e," marahang sagot ni Myla, bakas sa boses ang pangangapa sa temperatura ng ama.

"Peste! Nagbilin ako kaninag umaga, ah?" singhal nito. "Butsssoooook! Butsooook!!!" sigaw nito.

Nagmamadaling tinungo ni Butsok ang ama sa salas na tatlong maliliit na hakbang lang naman ang pagitan sa munti nilang kusina.

"'Tay?"

"Di ba nagbilin ako kaninang umaga na pagbalik ko, dapat may laman na 'yang bote?" usig nito sa anak habang mariin ang kapit sa rebolber.

"E, 'Tay, w-wala ho kayong iniiwan sa 'kin na pambili. Sapat lang ho pambigas 'yung inabot n'yo sa 'kin kaninang umaga." Sumasapin ang basag na ritmo ng kaba sa boses ni Butsok.

Natigilan si Mang Delfin, tila inaalala ang mga bilin kaninang umaga sa anak. At sa biglang paglalaho ng ilang detalye ng yamot sa mukha'y tila inaamin nito sa sarili na nakaligtaan niya nga na magpasobra ng abot sa anak.

Parang batang kinokombulsyon na binuhusan ng sambaldeng yelo si Butsok. Bahagya namang nakahinga si Myla.

Dahan-dahang umingit ang pinto. Natigilan ang tatlo at napabaling ng tingin sa pumasok. Di pa man nakauupo ang kapayapaan sa dibdib ng magkapatid ay agad na itong pinadapa't pinaghahampas ng nerbiyos sa likuran. Kararating lang ng kanilang inang si Aling Rosa. Pagbalik nila ng tingin sa ama, nanumbalik at nadagdagan pa ang mga linya nito sa mukha't kunot sa noo.

"Umaga hanggang gabi 'yan, ah? Baka maging santo ka na," salubong ni Mang Delfin sa asawa.

Nagkatinginan ang magkapatid, wari'y hinuhugot sa tinginang iyon ang lakas ng loob para harapin ang isa na namang gabi ng bangungot-habang-gising.

"Marami kasing inihandang relief para sa mga nasunugan sa Bulakan; maraming ni-repack," bantulot na sagot ni Aling Rosa.

"Letse! Ano'ng pakelam natin sa mga taga-Bulakan? Nananahimik tayo dito sa Maynila, ang uunahin mo 'yung nasa Bulakan? Anong katarantaduhan 'yan?" Mas magaspang ang tono ngayon ni Mang Delfin, sinapian ng plema ang garalgal na boses.

Hindi na sumagot si Aling Rosa, dumeretso na lang ng kuwarto. Sinundan lang siya ng matalim na tingin ni Mang Delfin habang ligalig naman ang dalawang anak.

"'Tay, kumain na ho tayo, luto na ang ulam," pakli ni Butsok.

Laking gulat ng magkapatid nang itaob ng kanilang ama ang mesita. Isinukbit ni Mang Delfin ang rebolber sa garter ng kaniyang maong at sinundan si Aling Rosa sa kuwarto. Naiwan ang dalawa sa salas at walang magawa kundi ang pakinggan ang mga litanya ng dahas at kalabog ng kalupitan.

"Putangina mo!!! Pasimba-simba ka pa, bastos ka namang peste ka! Ugh!!!"

"Ahhhrghhh!!! A-Ano ba'ng kasalanan ko sa 'yo, Delfin?! Ughm!!!"

"Peste ka! Sino'ng pinagmamalaki mo sa 'kin?! 'Yung pari n'yong hilaw?! Ha?!"

Napaiyak nang tuluyan si Myla. Inakap siya ni Butsok at inalo, ngunit hindi maitatago ang labis niyang takot na nagpapanginig ngayon sa kaniyang mga tuhod. Wala silang magawa kundi ang maghintay.

"Huhgh—hu—hukkh! Tama na, Delfin! Tama n—ughgh!!!"

"Kung gusto mo, pahindot ka sa pari n'yong hilaw para magkaro'n ng saysay ang pagbababad mo do'n, putris ka!!! Ugh!!!"

"Aray ko, Delfin! Tama na!!!

"De—Di—Delfin?! 'Wag 'yan!!! Baka maitulak ka ng kapwa mo demonyo, parang awa mo na!!! Delfin!!!"

Hindi na nakatiis pa si Butsok. Dali-dali niyang tinungo ang kuwarto, hinawi ang kurtina. Nakasalampak ang ina niya sa sahig at naghuhulas sa pawis, sipon, at luha, habang ang ama nama'y may kung anong kinakalikot sa tangang rebolber.

"'Tay! Tama na ho, 'Tay!" awat niya sa ama.

"Lumabas ka! Pati ikaw, sasamain sa 'kin!" Ambang mambibigwas ito. Listo naman sa pag-ilag ang takot na takot na si Butsok. Itinulak siya ng ama papalabas ng kuwarto. Kalansing ng mga basyong nalaglag sa sahig ang sumunod niyang naulinigan.

"O, heto ang Diyos!!!"

"Ahhhggg! Whskupoo!!!"

Isang mabigat na kalabog ng basang sargo ang gumimbal sa pandinig ng magkapatid at hindi putok ng baril. Hindi maunawaan ng dalawa kung kakalas ba ang pangamba sa kanilang mga dibdib—dahil hindi pa rin itinutulak ng pinakagagong demonyo ang kanilang ama—o patuloy na malulunod sa balon ng hilakbot.

"Myla," dumukot si Butsok sa likurang bulsa ng syorts, "bumili ka ng langis kina Aling Supring," utos niya sa kapatid.

Wala nang salitang lumabas pa sa bibig ni Myla. Dagli itong lumabas ng bahay bitbit ang bote ng langis at perang ibinigay ni Butsok, angat ang balikat, lalong mugto ang mga matang inalipin ng antok at iyak.

Tanging hagulhol na lamang ang sumunod na iniluwal na ugong ng kuwarto. Natapos ang pangingibabaw ng dambuhalang tinig, pansamantalang humupa ang bangungot.

Inihanda ni Butsok ang hapag, hinihintay lumabas ang ama't ina. Naunang lumabas si Aling Rosa. Tulad ng dati, parang itinirintas nang masinsin ang buhok at kinalagan matapos ang magdamag, gulanit ang damit, maga ang nguso, at may sariwang dugong tumutulo mula sa magkabilang butas ng ilong. Sinalubong ni Butsok ng akap ang ina, hinagod-hagod ang likod.

"'Nay, kumain na tayo," ang tanging nasabi ni Butsok sa ina. Wala itong naitugon kundi maririing singhot at hikbi.

"Butsoooaowkkk!" sigaw ni Mang Delfin. Natatarantang tinungo ni Butsok ang kuwarto.

Naiwang tulala si Aling Rosa sa hapag, naalala niya ang mga ikinuwento niya kay Jeffrey. Gumuhit muli ang mga luha sa kaniyang pisnging may mantsa ng mga bagong galos at pasa.

'Butsok, anak ko,' usal ni Aling Rosa sa sarili habang patuloy ang pagtingkad ng dugong sumasapi sa kaniyang onseng taas-baba sa kumpas ng dumadagundong niyang dibdib.

14

GABI'T MAALINSANGAN, NAGPAPABATID ang init na sumasapi sa hangin ng paparating na ulan. Sumasapi ang mismong kaluluwa ng gabing iyon sa mga damdaming nagkubli sa isang sulok ng looban.

Nang sabihin ni Marife kay Butsok ang kaniyang lagay, wala itong nagawa kundi ang manahimik habang wala namang pagsidlan ang galit ni Marife. Si Marife na wala sa bokabularyo ang salitang *galit* o *inis* man lang, ay napuno ng poot sa kasintahang si Butsok. Maraming tanong si Marife na tanging katahimikan lamang ang nagawang isagot ng kasintahan.

"Butsok, pa'no mo ipaliliwanag sa 'kin 'to?" tanong ni Marife sa tono ng panunumbat at pang-uusig. "Pa'no?" diin pa niya.

Nakatanghod lamang si Butsok sa marurungis na batang naghahabulan, walang-imik, mistulang pipi ang paligid sa mga tenga niyang katahimikan lamang ang tanging naririnig.

"Butsoook? Sumagot ka naman? Huh-hmm-huhm..." pagmamakaawa ni Marife na hindi na napiglan pa'ng maluha.

Kinuha ni Butsok ang sigarilyong nakaipit sa kanang tenga, isinubo't nagsindi. Sa paghitit-buga, wari'y nagkahugis ang isang buntonghininga sa anyo ng puting usok—wangis ng pagwawala, katumbas ng pagtangis.

Bumalikwas si Marife ng tayo sa kinauupuang bangko, buong puwersa niyang dinaklot si Butsok sa kuwelyo at inalog. "Butsok! Walang tanga sa 'tin!"

Nabitiwan ni Butsok ang sigarilyo, talsikan ang mga upos. Lalong ipinagwagwagan ni Marife ang kasintahan nang hindi makakuha ni kakarampot na reaksiyon, ni kap'rasong emosyon. Blangko ang mukha ni Butsok. Pabato siyang binitiwan ni Marife. Ang mga bata'y tuloy-tuloy lang sa paghahabulan.

Napayuko si Butsok. "S—so—s-sorry..." uutal-utal niyang sabi.

Lalong lumakas ang panginginig ni Marife, sapo ang bibig, nagpipigil ng hagulhol at hindi basta iyak.

Tumayo si Butsok. Ilang hakbang mula sa inupuang bangko'y umalma si Marife. "Aalis ka na lang?"

Kalahating inilingon ni Butsok ang mukha't umiling. Sinundan siya ng tingin ni Marife. Dinampot ni Butsok ang nalaglag na sigarilyo, ipinagpag saka isinubo't sinindihang muli. Bumalik siya ng upo sa bangko at nagpausok.

Panandaliang walang imikan. Pumailanlang ang tawanan ng mga batang naghahabulan, mamaya-maya pa'y ang lagutok naman ng manaka-nakang patak ng ulan sa mga bubong. *"Umulan ka! Umulan ka!"* sigaw ng mga bata.

"Butsok, matatanda na tayo. Hindi na tayo mga inosente. Kanino mo gustong isisi 'tong lagay ko ngayon, ha?" balik ni Marife.

Tikom pa rin ang bibig ni Butsok at bubuka lamang iyon kung hihithit-bubuga. Pinagmamasdan niya lang ang mga batang sinasalo ang hiwa-hiwalay na malalaking patak ng ulan. Nangingiti siya ngunit pigil ang pagkurba ng mga labi. Napansin iyon ni Marife.

Iginala ni Marife ang tingin sa lupa, dumampot ng isang batong katamtaman ang laki. "At nakuha mo pa talaga'ng ngumisi d'yan?" Sabay bato kay Butsok. Sapul si Butsok bandang kilay.

"Areko!" Napasigaw si Butsok sa gulat at sakit, sapo ang kalahati ng mukha. Dahan-dahan niyang sinilip ang ipinansapong palad—may dugo. Kinapa ang kilay—may bukol. Nagtapon siya ng tingin kay Marife at gumanti naman ang huli ng matalim na titig.

"Palibhasa puke ko ang bumuga ng nana, hindi 'yang burat mo, gago!" Sabay talikod at padabog na lumakad papalayo sa silong.

"Umulan ka! Umulan ka!" patuloy na sigaw ng mga bata.

15

STARR, NA MAY dalawang 'r' ang ngalan niyang nakalista sa kulay lilang clearbook na iyon. Sa hanay ng mga kolehiyalang ang sabi ng tagapangasiwang may pangalang Cherry Blossom, produkto ng mga nagtatayugang unibersidad sa U-belt—garantisadong bata, malinis, sariwa, first class. Kabilang si Starr sa Solar Angels kung tawagin. Ibig sabihin, sila 'yong nakatalaga sa mga parokyanong ang puson ang unang kumakalam sa umaga at hindi sikmura—mga parokyanong nag-aalmusal ng torjak, kadalasa'y mga puting junkie na gising lumubog-sikatan ng araw at tanging ang serbisyo ng Solar Angels ang makapagpapabalik sa naglayas nilang antok; mga BPO overlords na sa umaga lang nagkakaroon ng pagkakataong lumipad; at mga opis boys na ang ibig sabihin ng *lunch out* ay ang pagkain ng itim na pansit.

Isang umaga, may dalawang mamang naghihintay kay Starr—isang singkit at isang bumbaying Pinoy. Nauna pa nga sa kaniyang makarating sa club ang dalawa. Pagdating na pagdating niya, sinalubong siya ni Cherry ng magkapatid na beso.

"Medyo tinanghali ka 'ata?" bungad sa kaniya nito sa tonong nasa pagitan ng pang-uuyam at pagkabalisa. "Kanina pa 'yang dalawa dito, hinihintay ka," dagdag pa nito habang kalahati ang ngiti.

"E, nangungulit po kasi 'yung kapatid ko na ihahatid daw ako hanggang dito. Alam n'yo naman po ang kaso, di ba?" sagot niyang may sapin ng inis.

"Alam mo namang datihan na 'yan dito. 'Wag sana nating pinaghihintay, 'no?" hirit ni Cherry na aangat-angat ang magkabilang kilay.

"Bakit hindi n'yo na lang pinapili ng iba?" ganti ni Starr habang pinapatungan ang maputlang makeup ng mas matingkad.

"Gaga ka pala, e! Ikaw ang binabalikan, e." Sabay pailalim na kurot nito sa tagiliran ni Starr na napakiling sa gulat. "Mas marunong pa tayo sa kliyente?"

Ipinagpatuloy na lang ni Starr ang paghihilamos ng foundation at pakikipaghalikan sa pulang-pulang lipstick.

"Pinakiusapan ko lang 'yan na maghintay. Pera 'yan, bakla, 'wag kang maarte," hirit ni Cherry habang aangat-angat ang kaliwang kilay.

"Ganun ba? Salamat, ha?" Sabay talikod sa kausap at tapon ng makeup sa maliit na shoulder bag.

Nilapitan ni Starr ang dalawang nakaupo sa magarang couch ng club. Naiwan si Cherry na nakapako sa pagkakaangat ang kaliwang kilay.

"Hi there, Atsuo. Good morning!" masayang bati niya sa singkit. Tumayo ang singkit at ginantihan siya ng malagkit na akap. Gumapang ang mga kamay nito hanggang pigi ni Starr habang patay-malisya lamang siya.

"Am kood, am kood!" tatango-tangong sabi ng singkit.

"Who is he?" nguso ni Starr sa kasama nito.

"Ahhh! Rekanto'! Ma drabur! Drabur! Yes, yes!" listong sagot ng singkit.

Iniabot ng bumbaying Pinoy ang kamay sa kaniya. "Magandang umaga po. Renato po. Drayber po ako ni Mr. Atsuo, ma'am..." anas nito.

"Okay. Hi, Renato!" bati ni Starr sa kaniya.

"Oke, oki. Shar wi ko now?" pakli ng singkit.

"Let's go!" Sabay abra-siyete ni Starr sa kaniya.

Lumakad ang dalawa papalabas ng club habang nakabuntot si Renato. Sa may bungad ng entrance, nakaabang si Cherry na tila may kung anong hinihintay. Dumukot si Atsuo sa namumutok nitong pitaka at isiniksik sa namimintog nitong dibdib. May kung anong ibinulong si Cherry sa singkit na puro tango at ngiting parang nabulunan lang ang naisagot nito. Napakunot na lamang ang noo ni Starr.

"Huet me in pronk, Skarr," putol ng singkit.

Balisang lumakad si Starr at pumoste sa labas ng club. Patakbo namang bumaba si Renato sa basement parking. Ilang saglit pa'y umahon ang isang puting Civic at pumarada sa harap ng club. Bumaba si Renato para pagbuksan si Starr at siya namang sakay nito habang kausap pa rin ni Cherry si Atsuo.

"Matagal ka nang driver ni Atsuo?" tanong ni Starr kay Renato.

"Ah, mag-aanim na buwan pa lang po, ma'am."

"Ahhh. Bago 'tong sasakyan niya?" usisa pa ni Starr. "Nagtataxi lang kasi kami dati, e."

"Bago-bago lang po, ma'am," bantulot nitong sagot.

Maya-maya pa'y bumukas ang pinto ng sasakyan sa kanan at sumakay si Atsuo. "Resko, Rekanto!" mando nito kay Renato, deretso himod sa tenga ni Starr papuntang leeg, paakyat ng labi, habang gumagapang ang kaliwang kamay na nakaakbay pa-dako sa dibdib at ang kanan nama'y himas-himas ang makinis niyang hita.

Patay-malisya lang si Starr, nakapako ang paningin sa rearview mirror, nakaabang sa itatapong tingin ng nagmamaneho, sinasalubong ang bawat kalabog sa dibdib, kinokompronta ang kaba.

16

"ANG PAGIGING EMBALSAMADOR ay higit na komplikado kaysa pag-aaral ng algebra," ang paulit-ulit na sinasabi ni Mang Delfin kay Butsok. Wala naman siyang reklamo doon dahil noong nag-aaral pa siya hanggang sa mahinto ay nanatili siyang walang pakialam sa algebra at tanging paglalako lang ng ice buko sa paaralan ang kaniyang inatupag.

Tuwing wala ang stay-in assistant na si Kris, isinasama ni Mang Delfin si Butsok sa morge, sa Menandro Mortuary Services, isang disi-sais na traysikel trip ang distansiya sa Dreamland. Siyam na taong gulang pa lamang si Butsok ay laman na siya ng Menandro kung saan isang dekada na mahigit naninilbihan ang kaniyang ama. Kaya isang pangkaraniwang lugar at tanawin na lamang sa kaniya ang malamig na kuwartong lansa ang namamayaning amoy at mga nangaghilerang bangkay ang pangkaraniwang panauhin.

Isang hatinggabi, binulabog siya ng kaniyang ama. Hindi maaaring hindi sila magtungo sa Menandro sapagkat si SPO3 Malonzo ng kahilerang police station ang nagpapatawag at humihingi ng pabor kay Alvin Tsiu na siyang amo ni Mang Delfin. Walang hinihindiang pagkakataon ang Menandro pagdating kay Malonzo, dangan kasi'y bukod sa negosyong morge, may iba pang pinagkakakitaan ang Intsik na si Alvin—mga kalakarang pulis o sinumang mas nakatataas pa ang mayroon lamang kakayahan na magbigay ng proteksiyon, mga kalakaran at sistemang sanhi rin ng paghantong ng mga minamalas sa morge.

"Tsok! Tsok!"

Pupungas-pungas na bumaling si Butsok sa sunod-sunod na tumatapik. Kusot-kusot ang mga mata, nabanaag niya ang malabo pang imahe ng ama.

"Po? 'Ta—hhhhhhaayyyy—'Tay?" hihikab-hikab niyang paghahanap ng sagot sa panggigising ng kaniyang ama.

"Magbangon ka d'yan. Tumawag si Boss. Maggayak ka na," utos nito sa kaniya.

Kalahati niyang ibinangon ang katawan sa pagkakasalampak sa kawayang sopa at saka nag-inat-inat. Matapos ang ilang segundong pagtunganga, tumayo na siya at dumeretso sa lababo, nagsepilyo't naghilamos.

"'Tay, ilan daw ho ang tatrabahuhin natin?" tanong ni Butsok sa ama habang nagbibihis.

"Isa lang," tipid na tugon ni Mang Delfin na may kung anong inaayos sa kaniyang bag na pamasok.

"Isa? E, may mga bente-kuwatro oras namang malapit dun sa Mabini, ah?" pang-uurirat ni Butsok.

Napalingon si Mang Delfin sa kaniya na tila nagpanting ang mga tenga sa narinig. "Puro ka satsat! Bilisan mo ang kilos, hindot!" singhal nito sa kaniya.

Wala nang nagawa si Butsok kundi itikom ang bibig at mahiya sa mga saksing alikabok sa mga sulok-sulok ng bahay.

"Tena," ani Mang Delfin. At lumabas na ang dalawa ng bahay.

INABUTAN NILANG NASA loob na ang tatlong pulis: isang malaking mamang nakasibilyan—naka-leather jacket at acid wash na pantalon—si SPO3 Malonzo at dalawa pang kasama nito na parehong nakauniporme. Ibig sabihi'y galing na rin doon si Alvin Tsiu at ito ang nagbukas ng morge para sa mga *kaibigang* pulis.

"Magandang gabi po, Tsip!" bati ni Delfin kay SPO3 Malonzo.

"Umaga na."

"Ay! Good morning na nga ho pala, ano? Good morning po, Tsip!" bawi nito. "Magandang umaga, mga boss," baling naman niya sa dalawa pang kasama. Tango lang ang sagot ng huli.

"Ikaw na bahala rito, ha? Nag-usap na kami ng amo mo," anas ni SPO3 Malonzo.

"Okay po, okay po!" listong sagot ni Mang Delfin.

"Sino 'yang kasama mo?" tanong ni SPO3 Malonzo sabay nguso kay Butsok.

"Ahhh… panganay ko po, Tsip!" nakangisi niyang sabi.

"Magandang umaga po, mga boss," singit ni Butsok. Hindi tumugon ng magandang umaga ang binati.

"O, sige na. Kayo na bahala, ah," muling bilin ng SPO3 sabay talikod at labas ng embalming room buntot-buntot ang dalawang pulis na wari'y de-numero ang bawat galaw.

Nang marinig ni Mang Delfin ang garalgal na halakhak ng makina ng mobil, agad niyang ikinandado ang pinto ng embalming room. Nagsuot ang dalawa ng surgical mask at guwantes.

"Tsok, buksan mo na 'yang bag," mando ni Mang Delfin sa anak habang isinasalansan ang mga gamit at kasangkapang pang-embalsamo.

Dahan-dahang ibinaba ni Butsok ang zipper ng bag. Tumambad sa kaniya ang isang mamang may subong putol na ari. Ang mga braso nito'y may tamong mga sariwang sugat, latay, at pasa na tila dulot ng malalakas na hambalos. Ang katawan naman nito'y namumuwalan sa mga nagdungawang lamanloob sa dami at lalim ng mga saksak. Di-matigil sa pag-iling si Butsok.

"Baka malimutan mo na namang maglista, ha. 'Wag kang tira nang tira," anas ni Mang Delfin.

"Opo, 'Tay," sagot ni Butsok sabay tungo sa supplies cabinet, kumuha ng tickler at bolpen saka binalikan ang nakahiga.

Sinimulan niyang ilista ang bilang ng mga sugat, pasa, at mga lugar ng pamamaga at anumang makuhang gamit sa nakahiga habang ito'y hinuhubaran. Si Mang Delfin nama'y masinsin na nililinisan ang mga materyales na gagamitin. Naalala ni Butsok ang kuwento ni Jeffrey—ang bangkay sa court na kasalukuyang nasa harapan niya. Patuloy siyang nahihiwagaan.

17

IIKA-IKANG LUMABAS SI Butsok ng kuwarto. Dumeretso siya sa kusina kung saan naroon ang inang wala na namang humpay sa pagluha. Hinimas niya ang likod nito. Napatingin siya sa wall clock. 12:58 a.m. sabi ng orasan.

"'Nay, ni hindi man lang ba nag-text si Myla?" balisang tanong ni Butsok sa inang tulala. Iling lamang ang isinagot nito.

Patlang at mahabang patlang. Ipinagtimpla ni Butsok ng kape ang ina. Wala pa rin itong imik. Batid ni Butsok na hindi nagtatapos ang mga galos ng kaniyang ina sa braso't mukha. Tulad ng maraming karahasan, ang tinatanggap ng kaniyang ina, sa paglipas ng maraming panahon ng pag-uulit-ulit, ay naging isang pangyayaring pangkaraniwan na lamang. Nakasanayan nang nariyan. Kaya madalas, wala nang puwang maghinagpis o manlaban.

"Tinatawagan ko po kanina si Myla, patay ang cell phone. Ala-una pasado na, 'Nay." Sumasapin ang labis na pag-aalala sa boses ni Butsok.

Lumabas ng kuwarto si Mang Delfin, kakamot-kamot ng tiyan. Dumeretso ito sa kusina, sa lababo para sumahod ng maiinom. Tahimik si Butsok, patay-malisya naman ang ina.

"Oh? Bakit hindi pa kayo magsitulog?" tanong ni Mang Delfin sa dalawa.

"Wala pa po si Myla, 'Tay."

"E, ano pa'ng ginagawa mo rito, ha? Ba't di mo sinundo?"

"Hindi ko po alam kung sa'n siya susunduin, 'Tay." Kakamot-kamot ng ulo si Butsok.

"E, di ba ikaw ang naghahatid d'yan sa kapatid mo papasok?"

"Opo."

"Oh? Bakit di mo alam?"

"Sa traysikelan ko lang po siya inihahatid."

"Puro pala kayo mga siraulo, e. Ang sabi sa 'kin niyang kapatid mo, sa trabaho mo raw siya inihahatid. Pag nag-text naman akong isasabay ko siya pauwi, kung di nasundo e susunduin mo raw. Ano'ng totoo, ha?"

"Di ko po alam kung saan, 'Tay. Sa traysikelan ko lang po siya hinahatid talaga."

"Puro kayo mga ulul!" Sabay padabog na lumakad pabalik ng kuwarto.

Ilang saglit pa'y lumabas si Mang Delfin na nakabihis na. Mababakas sa tagiliran nito ang bumubukol na rebolber.

"Ikaw naman, Rosa. Wala ka nang gagawin kundi magdrama d'yan," siyang diin niya ng hintuturo sa sentido ng asawa. "'Yung anak mong babae, hanggang ngayon wala pa. Parang wala lang sa 'yo, tarantada!"

"Tama na ho, 'Tay," pakli ni Butsok.

"Gusto mo ikaw ang makatikim?" amba nito ng siko sa kaniya.

"Ikaw ang tarantado."

Natigilan sina Mang Delfin at Butsok.

"Puta, ano'ng sabi mo?"

"Ikaw ang tarantado, sabi ko." Nagpipigil ng hikbi si Aling Rosa.

"'Nay..." awat ni Butsok sa inang inaalala niyang malamang makatitikim na naman sa kaniyang ama.

"Ako ang tarantado?" ulit pa ni Mang Delfin. "Ta-ran-tado a-ko?!" mas mariin, malakas, at dahan-dahang sabi ni Mang Delfin, may gaspang ng pagbabanta.

"Bingi! Gusto mo bang ulit—"

Blag!

Nalaglag mula sa silya si Rosa at pumalo ang baba sa mesa. Nakalupasay siya ngayon sa sahig, ang magkabilang dulo ng labi'y may guhit ng dugo.

"Tarantado ako, di ba?" pandirilat pa ng mga mata ni Mang Delfin.

Dagling pumagitna si Butsok, nag-uunahan ang kaba at poot sa dumadagundong niyang dibdib. Umakap si Rosa sa binti ng anak, nanginginig, sisinghot-singhot.

"'Tay, tama na po, tama na po!" awat ni Butsok sa ama habang nakasalag ang braso.

"Hoy, Rosa! Putangina mo ka, iyan ang natututunan mo kasisimba?" Nakaambang mang-uumbag pa rin si Mang Delfin.

"'Tay, tama na po. Hanapin na po natin si Myla, 'Tay," pakiusap ni Butsok.

"Pare-pareho kayong mga ulul!" Sabay hampas sa baso ng kape. Tumalsik ito kay Butsok.

"Areko! Init!" hiyaw ni Butsok sabay pagpag-paypay sa laylayan ng damit, hinihipan ang bahaging napaso na para bang aabot doon ang kakarampot na hanging pinawawalan. Nabasag ang baso sa paanan ni Aling Rosa.

"Kumilos ka na, hanapin natin 'yung kapatid mo!" anas ni Mang Delfin at saka tumalikod at lumabas ng kusina.

Mariin pa rin ang pagkakaakap ni Aling Rosa sa binti ng anak. "Hu—h-huwag na kayong 'malis, ana—'nak," nangangatal nitong sambit. Napahagulhol itong lalo nang malahiran ng malansa't malapot na dugong may halong angis—na umaagos mula sa itaas ng hita ni Butsok pababa ng binti—ang kaniyang mga kamay na agad namang ipinahid ng huli at ipinunas sa laylayan ng damit.

"Butsok! 'Nu ba?!" sigaw ni Mang Delfin.

"Saglit na lang ho, 'Tay," tugon ni Butsok. Di pa rin bumibitiw si Aling Rosa sa binti ng anak. "'Nay, hahanapin na po namin si

Myla, 'Nay," agaw niya ng binti sa ina. "'Nay, sige na ho. Malilintikan tayo pareho nito," pakiusap niya sa ina na lalong dumiin ang pagkakakapit sa kaniyang binti.

Tumagal sa ganoong eksena ang dalawa hanggang sa napabalik na ng kusina si Mang Delfin sa inip.

"Ano ba?! Putang—"

"Putangina mo, Delfin! Demonyo ka!" agaw ni Aling Rosa sa dapat bibitiwang mura ng asawa. Listo namang humarang ng braso si Butsok sa pagitan ng dalawa.

"Ah? Sinusubukan mo talaga 'ko, 'no?" Hinugot ni Mang Delfin ang baril na nakasukbit sa tagiliran sabay tutok sa asawa.

"Putangina mo! Nasa ospital si Myla, hindi na makalakad!" magaspang na sigaw ni Aling Rosa.

Natigilan ang mag-ama. Saglit na ugong lamang ng mga insekto at hingal ng lumang electric fan ang naging tunog ng paligid.

"Ano'ng pinagsasabi mo, ha?" usisa ni Mang Delfin, unti-unting ibinababa ang tangang baril.

"'Nay?" panghihingi ni Butsok ng sagot.

Malakas ang kalabog ng dibdib ni Aling Rosa, wari'y humihiwalay ang kaluluwa sa sarili. "Hindi na makakalakad ang anak mo, Delfin!" singhal niya pa.

Tahimik ang dalawa. Hindi pa rin tumatagos sa kanilang bungo ang nalaman, tila lubid na pilit isinasaksak sa butas ng karayom.

"Pag-uwi ko, humahangos akong tinatawag ka! Nagmamakaawa ako sa 'yo kanina, Delfin!" buong-lalamunang palahaw ng namamaos nang si Aling Rosa. "Pero abalang-abala ka sa katarantaduhan mo!" mariin niyang sumbat sa asawa na walang ibang nagawa kundi ang makinig. "Sabi ko, pakinggan mo muna 'ko kahit saglit lang. Pero ano'ng ginawa mo? Ipinagwagwagan mo ang katawan ko! Ibinarandal mo 'ko sa dingding dahil wala na namang langis! Nakuha mo pa nga 'kong pabilhin ng langis! Natatandaan mo ba?!"

Di makaapuhap ng sasabihin si Mang Delfin habang si Butsok nama'y pirming nakatulala at di pa rin makapaniwala sa sinabi ng ina. Muli'y inagusan ng malansa't malapot na dugong may angis ang kaniyang binti. Hindi na niya ito nakuha pang pahirin.

18

TUMATAKBO SIYA. TAKBO nang takbo. Sa paa at ligalig ng isang pitong taong gulang na bata, hinahabol ang kamusmusan sa mga bakanteng lote, eskinita, court, at lansangan, dinadama ang hapdi ng init ng panahon sa tustadong balat, nilalanghap ang alikabok, nakikipagparamihan ng paltos at libag sa mga kalaro, binabaka ang hikbi kung natutukso, tinatawanan ang sarili kung nadadapa, lulubugan ng araw nang nagwawala. At magigising siya, sa ulirat ng isang siyam na taong gulang na bata, gulong-gulo, balot ng takot at pangamba ang loob ng bungo at sikmura sapagkat ang tabing na kurtina na ang nagsisilbing hudyat ng kaniyang dapithapon at hindi na ang mga ulap sa himpapawid.

GUMIGILING ANG BALINGKINITANG katawan ni Marife sa ibabaw niya, humahataw ang malulusog na dibdib pasalunga sa bawat hampas ng kaniyang balakang. Habang mabaliw-baliw ang huli sa ginagawa, ang nasa ilalim nama'y hindi kakikitaan ng anumang tanda ng pagkasabik. Unti-unti, nadarama ni Marife ang dahan-dahang pananamlay ng kinauupuan.

"Tapos ka na?" tanong ni Marife habang sige sa paggalaw.

"H-Hindi pa. Sige pa. Sabay tayo, ahhh..." tila de-numerong sabi ng nasa ilalim.

Sumige sa paggiling si Marife kahit pa alam niyang ang ginigilingan, tulad ng dati, ay pinanawan na naman ng lakas nang walang tatlong minuto. At ang pinakakinaiinisan niya sa lahat ay ang pangangailangang pekein na naman ang dulo.

"Ahhhh... ahhh! Uhhhhhh!"

Kung napaglilistahan lamang ng mga pangamba sa pamamagitan ng pagtitig ang bulok na kisame ng kuwartong kinaroroonan nila ngayon, napuno na iyon ni Butsok. Lumilipad ang kaniyang ulirat sa maraming bakasakali't mga buhay na bangungot.

"AHHH! PUT—HA!"

"Ahhhhhhhrgh!"

Paghawi ng kaniyang ina sa tabing na kurtina'y wala na itong nagawa kundi ang matulala't maluha sa nasaksihan.

"Walang-hiya ka, demonyo!" garalgal na sigaw nito.

Buhat ng araw ding iyon, hindi na dinalaw ng ngiti ang mga labi nito. Hindi na rin niya mahahawi ang kurtina basta-basta, kundi'y hindi rin tatantanan ng mga galos at pasa ang kaniyang mukha.

"Diyos ko! Ohhhh!"

ARAW NG MGA Puso, kumain sila sa Jollibee at dumeretso sa isang dinedebelop pa lamang na subdibisyon sa Hagonoy, Taguig. Wala pang komunidad, madilim ang mga daanan, maputla ang liwanag na nanggagaling sa mangilan-ngilang poste. Sa isang madilim na bahagi ng talahiban na hindi tinatamaan ng liwanag, idaraos nila ang sigaw ng mga puson.

PANAY UGONG NG kaniyang cell phone ngunit mas malakas ang ugong ng kaniyang ungol—parang asong inaagawan ng buto. 12 missed call sabi ng telepono, galing kay Myla, magdidilim na nang mapansin niya. Sigaw nang sigaw ang kaniyang ina, tinatawag ang ama niya ngunit masyado pa itong abala para rumesponde. Inutusan ng kaniyang ama ang ina na tumakbo ng langis at kakarampot na lang ang natira sa botelya.

AT MAGIGISING SIYANG pawis na pawis, mabilis ang tibok ng puso, tuyo ang lalamunan, nagtutubig ang mga mata. May alinlangan nang bumalik sa pagtulog. Ngunit batid niya na dapat, sa paglipas ng panahon at sa paulit-ulit na pagtamo ng pinsala, ay mas matigas na ang kaniyang dibdib at sikmura, sapagkat higit na nakagigimbal ang mga bangungot habang gising.

Sa isang sulok ng kaniyang utak, walang-tigil siyang sinusumbatan ng kasintahang si Marife habang ang isang bahagi nama'y lunod na sa luha ng ina para sa kaniya. Sa isang kanto nama'y may kulapol ng sariwang dugo ng kinamumuhian niyang si Edmon at ng isa pang binatang hindi niya kilala sa pangalan. Sa isang dako, umuugong ang palahaw ng kaniyang kapatid na si Myla na sinalaula't nilumpo ng mga kung sinong hudas. Ang lahat ng ito ay itinuturing niyang mga multo ng gumuho niyang kamusmusan.

Ipipikit niyang muli ang mga mata, pagmamasdan ang dilim. Sari-saring tinig ang aalingawngaw sa kaniyang pandinig. Maririndi siya. Muli niyang ididilat ang mga mata, babangon, dederetso sa kusina, iinom ng tubig, maninigarilyo sa may bungad ng pintuan at hihilingin niyang sana'y katulad ng usok ang kaniyang mga alaala. Subalit batid niya, sa kasalukuyang lagay, ay siya ang sigarilyong nauupos—at ang mga alaala niya ang humihitit-buga sa kaniya.

19

KASABAY NG PAGKALAGAS ng mga araw, linggo't buwan sa kalendaryo ang paggunaw ng pag-asa ng pamilya ni Butsok na mabigyang-hustisya ang sinapit ni Myla. Maglilimang buwan na'y wala pa rin silang balitang umusad ang kaso o nagalaw man lang ito pagtapos ng imbestigasyon. Ang kaso'y kaso pa rin, ang mga tinutugis ay di na nila malaman kung hinahanap pa ba o ipinaubaya na lang sa mga agiw. Masigasig kung magpabalik-balik si Aling Rosa kahit pa sintigas ng pandesal na nalipasan ng maghapon ang pagmumukha ng mga nag-imbestiga't humahawak ng kaso—o sa madaling sabi, ang pagiging masigasig ni Aling Rosa'y tinatapatan din nila ng sigasig sa pagtatago at paghabi ng mga malikhaing palusot. Batid ni Aling Rosa na ang respeto ng mga otoridad sa kanilang lugar at sa mga taong kinukupkop nito'y hindi umiiral, at ang maubos sila't mabura sa mapa ng Maynila ang tunay na pangarap ng mga ito.

Kalagitnaan ng madaling-araw at maulan, umuwi si Aling Rosa, basang-basa galing sa pirming pamamalagi sa presinto. Wala ang asawang si Mang Delfin, si Butsok ang inabutan niya na naggagayak paalis.

"'Nay, basang-basa ho kayo. Bakit naman ho kayo sumugod?" bungad niya sa ina.

"Biglang buhos ang ulan nung naglalakad na 'ko e, itinuloy ko na," tugon nito na sinundan ng sunod-sunod na ubong matigas.

"Ano raw ho ang balita, 'Nay?"

"Ay, may awarding kase do'n sa opisina nila. Bumalik na lang daw ako bukas—este mamaya na 'yon, ano?"

"'Nay, may awarding? Madaling-araw na kayo dumating at basang-basa pa. Nakinood po kayo sa awarding, 'Nay? Sumama ba kayo sa celebration?" sarkastiko niyang hirit sa ina.

"Pa'no'y ang sabi sa 'kin nung isa do'n, maghintay raw ako, tatawagin daw. Naghintay naman ako. E, iyon pala, may awarding ng dalawang pulis, nakaligtas daw ng Tsinoy na negosyante sa kidnap."

Sa harap ng pingas na salamin, nahinto sa pag-aayos si Butsok. Batid niya ang labis na sakripisyo ng ina at ang pananarantado sa kanila ng mga pulis na mistulang sila pa ang may atraso kung tratuhin.

"E, mga hindot sila! 'Yung kapatid ko, singkit ang sumalaula d'yan, ah? Magagaling sila pag ibang lahi lalo't may sinasabi. Puta! May award pa! Kapag tayong mga patay-gutom, kalimutan na lang?" galaiting taas ng boses ni Butsok. Walang naisagot si Aling Rosa.

Kuyom ang kamao ni Butsok, nagngangalit ang mga ugat sa sentido, nagpapabatid ng pagkamuhi ang mga linya sa noo't pagitan ng mga kilay. Sa harap ng pingas na salamin, nasilayan niya ang larawan ng isang damdaming uhaw sa paghihiganti ngunit salat sa lakas at kapangyarihan.

"Award-award. Puta! Trabaho nila 'yan, e. Puki ng ina. Sa sobrang labnaw ng tiwala ng mga tao d'yan sa mga hindot na pulis na 'yan, kapag ginawa nila 'yung trabaho nila, binibigyan pa sila ng award!" Sabay suntok sa dingding, laglagan ang mga alikabok mula sa kisame, tumabingi ang salamin.

"Tama na, anak. Gano'n talaga siguro. May dahilan ang Diyos. Malalampasan din natin ito, 'nak. Lagi itong kasama sa mga dasal ko," alo ni Aling Rosa.

Patlang.

"Umaga na, 'nak. Sa'n ka pa pupunta?" pag-iiba ni Aling Rosa.

"Sa Menandro ho..." matamlay niyang sagot ngunit may sapin ng ngitngit.

"Naro'n ang tatay mo?"

"Oho. Sinalubong ho ako ni Ikyo kanina d'yan sa poolan, nagbilin daw si Tatay na sumunod ako do'n."

"Ang kapatid mo?"

"Tulog na po kanina pa."

"Ibig sabihin ko'y kumusta si Myla."

"Kung ano siya nung kunin sa ospital, ganun pa rin naman."

"Alam ko 'yan, 'nak. Ang gusto kong malaman ay kung nakapagkukuwento ba siya sa 'yo?"

"'Nay, pa'no magkukuwento ang limambuwan nang hindi makapagsalita't laging tulala?"

Patlang.

Tumalikod na si Butsok. "O, siya, 'Nay. Mauuna na po 'ko. Maligo ho kayo bago matulog para ho di kayo lagnatin."

"Mag-iingat ka, 'nak."

"Salamat po..."

HABANG DAAN, NAGSINDI ng sigarilyo si Butsok, ninamnam ang bawat hitit-buga ng usok. Napangiti siya sa biglang naalala, tila nilipad lang ng hangin ang kaninang pagsabog ng kaniyang dibdib habang kausap ang ina.

"Putangina n'yo. Mga putangina kayo," bulong niya sa sarili.

Sumakay siya ng traysikel. Sa linis ng daan, mabilis itong nakarating sa Menandro. Bago siya tumuloy, sandali siyang humimpil sa kabilang kalsada, nag-abang. Ilang saglit pa, lumabas ang ilang mama na hinala niya'y mga pulis. Nang makalayo ang mga ito sakay ng pulang kotse, saka siya dali-daling tumawid at dumeretso sa loob ng Menandro. Malakas ang kalabog ng kaniyang dibdib.

Pagdating niya sa kuwarto, hindi pa nakapagsisimula ang ama. Nagsasalansan pa ito ng mga gamit. Bahagyang naibsan ang kaniyang nerbiyos.

"Ang tagal mo naman," bungad ni Mang Delfin.

"Ah… pasensiya na po, 'Tay. Hindi po kase 'ko agad nasabihan ni Ikyo."

"Sabi ko salubungin ka. E, pa'no ka nga naman sasalubungin nung tao, e madaling-araw na, wala ka pa. Sa'n ka ba nagsusuot, ha?"

"Kina Baldo po, 'Tay. May kaunting raket, nakisabit lang po."

"Anong raket?"

"Nagbalat po ng mga kawad na tatansuin."

"Asa'n kinita mo?"

"Binigay ko po kay Nanay."

"Binigay mo sa nanay mo? O, nakauwi na pala 'yon? Pareho kayong di mahagilap. Kumusta raw 'yung lakad niya?"

"Gano'n pa rin. Wala naman pong bago, 'Tay."

"Iyang mga putanginang 'yan, magagaling magpaasa, magagaling lang magpapogi. Mga hindot."

"E, 'Tay, di ba may mga kakilala po kayo do'n?"

"O, e ano naman?"

"Baka lang ho puwede tayong makahingi ng tulong."

"Ayokong humingi ng pabor sa mga 'yan. Baka di ko kayanin kapag humingi na ng kapalit," matigas na sabi ni Mang Delfin.

Natigilan si Butsok sa isinagot ng ama. Hindi niya mawari ang mararamdaman. Ang kaniyang ama—na ama rin ng kapatid niyang binaboy at nilumpo ng kung sinong mga walang-'yang hayok sa laman at karahasan—ayaw humingi ng pabor sa mga kakilalang pulis sa pag-aalalang baka hindi niya kayanin sakaling humingi ng kapalit ang mga ito.

"Buksan ko na ho 'tong bag. Maglilista na po 'ko."

Tumungo si Butsok sa nakasalang, nagguwantes at mask. Dahan-dahan niyang ibinaba ang zipper, isang pamilyar na mukha ang isiniwalat ng body bag. Mataman niyang minasdan ang mukha nito.

"Kaibigan mo 'yan, di ba?" pangungumpirma ni Mang Delfin.

Hindi agad nakatugon si Butsok. Nakapako ang paningin niya rito, wari'y nakikipagtitigan sa dilat na bangkay.

"Tsk! S-Si Buldan po 'to, 'Tay. Taga-gitna. Ano r-raw po nangyari?"

"Lumaklak ng panlinis ng silver 'yang ugok na 'yan."

"Sino po may sabi?" usisa ni Butsok.

"'Yung mga pulis. Mga pulis nagdala niyan dito. Di ba kaibigan mo 'yan?"

"Kabatian lang po."

"Kabatian, e nakita ko pa kayo niyan noon kina Nestor, kainuman mo."

"Halo-halo naman po sa 'tin pag inuman."

"Naku, Tsok. Sinasabi ko sa 'yo, layo-layuan mo 'yang mga gunggong na 'yan. E, putsa, bangag 'ata 'yan, e. Nagputol muna ng burat bago naglason ang hindot," iiling-iling na sabi ni Mang Delfin na sinundan ng malulutong na palatak.

Ideneretso ni Butsok ang pagbukas ng zipper hanggang paanan. Iginala niya ang paningin sa kabuuan, namalas niyang wala nga ang ari nito.

"Nasa'n daw ho 'yung pinutol?"

"Di na nila nakita do'n, pinakain daw 'ata sa aso. 'Yan ang nagagawa ng bato."

Nagsimulang maglista si Butsok sa kaniyang tickler, alumpihit. Ikubli man ng suot na mask, isinisiwalat naman ng naniningkit niyang mga mata ang pinipigilang ngiti. Hindi na niya narinig pa ang idinadakdak ng ama.

20

PINANGALANANG TASK FORCE Pebrero ang unit na tatrabaho sa kaso ng sinasabing *bading serial killer* na kasalukuyan daw nagpapagala-gala sa Metro Manila. Buwan ng Pebrero, sa pagitan ng isang linggo lamang, natukoy ang dalawang *identical* na kaso ng pagpaslang. Una'y sa Lower Bicutan, Hagonoy, natagpuan ang isang bangkay na hubo't hubad, ang brip na mantsado ng dugo'y nakasuot sa ulo, tadtad ng saksak ang katawan, at ang putol na ari'y nakabusal sa bunganga. Ikalawa'y sa Dreamland, sa basketball court, sa parehong anyo ng pagkakapaslang. Sa imbestigasyon, napag-alamang parehong bakla at tambay ng Nakpil ang mga biktima. Hanggang ngayo'y wala pa ring impormasyon ang kapulisan tungkol sa suspek o ang sinasabing bading serial killer bukod sa mga ispekulasyong binatilyong kolboy ang nasa likod ng naturang serye ng pagpatay.

Naging maingay na usapan ang balitang iyon sa looban kung saan naglipana ang mga bading na tulak, na noon di'y naging sentro ng panunukso't pananakot ng mga tatay at titong tambay na mahilig mang-hassle ng kapwa. Ang mga batang bading nama'y nabawas-bawasan ang pananatili nang dis-oras sa lansangan at ang mga di pa naglaladlad ay nagdadalawang-isip nang lumabas sa kanilang mga tokador. Ang mga binatilyong tsupalit-bato nama'y naging matumal. Ang suma'y isang bahagi ng lipunan ang nagimbal at ang iba'y nagkasya sa pangungutya.

Isang hatinggabing pauwi si Butsok at malinis na ang lansangan, nakasalubong niya ang kababatang si Emerson na alam niyang isa rin sa mga lihim na pinamamahayan ng sangkaterbang daga sa dibdib dahil sa balitang may nagpapagala-galang bading serial killer.

"Kumusta, Tsok?" bati ni Emerson.

"Ayos lang naman ako. Ikaw ba?" tugon ni Butsok.

"Sa'n ka pala papunta?" usisa nito sa kaniya.

"Pauwi na 'ko. Ikaw?"

"Ahhh… pauwi na rin ako. Sabay na tayo," bantulot nitong sagot.

Napalinga si Butsok sa likuran at kunwa'y may tinatanaw at saka nagbalik ng tingin kay Emerson.

"Son, di ba dun kayo sa may *bungad*?" pangungumpirma ni Butsok sa kababatang alam niyang *kasabay* lang talaga ang pakay sa kaniya ngunit sa kasamaang-palad ay magkabilang dulo ang kinatitirikan ng kani-kanilang bahay.

Hindi nakasagot si Emerson. Bakas sa mukha nito ang iniipit na takot sa sikmura.

"Yosi?" alok ni Butsok at abot ng lukot na kaha ng Fortune kay Emerson. Kumuha ito at isinubo, sinindihan ni Butsok, nagsindi rin siya ng kaniya.

"Sa'n ka pala ngayon, Tsok?" usisa ni Emerson.

"Sa 'min pa rin."

"De. Ibig sabihin ko, sa'n ka pumapasok?" pagtatama nito.

"E, wala akong pirming trabaho ngayon. Tumutulong lang ako kay Tatay—sa Menandro."

"Ahhh. Ako, d'yan ako ngayon sa Andok's sa terminal."

"Ayus 'yan," tugon ni Butsok sa walang kainte-interes na tono. Sa isip niya, hindi naman niya itinatanong at wala siyang pakialam.

"May mga naembalsamo na ba kayong sikat na tao?"

Napakunot ang noo ni Butsok sa tanong ng kababata. Batid niyang naghahanap ito ng pag-uusapan, higit sa lahat, ng *kasabay*.

"Wala. 'Yung mga sikat, sa mga sikat din ipinapaembalsamo ng pamilya nila, malamang. E, ismol time lang naman 'yang Menandro."

"Ahhh. Mga kriminal, marami siguro?"

"Marami."

"Nga pala, may kamag-anak ba kayo sa Malate?"

"Wala. Bakit?"

"E, no'ng isang gabi kase, nakita ko dun si Mang Delfin. Binati ko, sabi niya galing daw siya sa tiyuhin mong tagado'n."

"Ahhh. Baka may kamag-anak kami do'n, di ko lang alam."

"Baka nga..."

"Naku, alam mo, Son, bakla lang naman ang binibira nung serial killer, e," nang-uuyam na sabi ni Butsok.

"Oo, alam ko. Bakit?" tonong maang-maangan ni Emerson.

"Ikaw nga dapat kong tanungin, e. Ba't parang ninenerbiyos ka? Tigadun ka sa bungad 'tapos sa 'kin ka sumasabay, e taga-dulo ako."

"Masama ka bang kumustahin o sabayan?" depensa nito.

"Hindi."

"Iyon pala, e. Nangungumusta lang naman ako."

"Ang masama, magpanggap," hirit ni Butsok.

"Ano'ng ibig mong sabihin?"

"Dito na 'ko, Son. Liko na 'ko. 'Ta mo, sa ginagawa mo, napalayo ka pa."

"O, siya. Kinukumusta ka lang naman, e."

Huminto sa paglalakad si Emerson habang nagtuloy pakaliwa sa eskinita si Butsok.

Nilingon niya ang kasama at nagpaalam. "Sige na. Ingat."

Nang bahagyang makasuot sa eskinita'y pumreno si Butsok at sumilip pabalik sa kababata. Hindi na niya napigilan pa'ng matawa nang makitang kumakaripas ito ng takbo nang walang bigat ang mga yabag na parang isang akyat-bahay na nag-iingat makalikha ng anumang ingay. Sa isip-isip niya, sa mga ganitong pagkakataon, laking bentahe ng pagiging assistant embalsamador sa isang embalming house na pag-aari ng isang Intsik na nakasuso sa burat ng kapulisan.

III

ANG MAKINARYANG GUMIGILING SA ATING LAMAN

21

PARA AKONG LILIPARIN ng hangin anumang oras. Di ko matiyak kung nasa'n ang katinuan ko. Maraming naglalaro ngayon sa isipan kong lutang sa sunod-sunod na katarantaduhang nangyari. Pakiramdam ko'y sinusurot ang aking bait tulad ng kinauupuan kong silya. Rindi na ang magkabilang tenga ko—sa kanan ay ang garalgal na atungal ng matandang wall fan at sa kaliwa nama'y ang halinhinang bigwas ng tiklado ng makinilya at mabahong bunganga ng imbestigador. Wala na akong naiintindihan, nagkasya na lamang ako sa pagtango't iling. Purgang-purga na ako sa mga paulit-ulit na tanong na *siya* at *sila* rin lang naman din ang sumasagot. Dahil bawat bitiwan kong salita'y nakatadhana nang hatulan bilang isang malaking kasinungalingan dito sa Presinto Nuwebe.

Iisa ang anggulong tinitingnan ng mga imbestigador—ang *sabwatan* daw namin ni Buldan sa pagnanakaw, panggagahasa, at pagpatay kay Che dahil sa natagpuang kuwintas na pag-aari nito sa uluhan ng bangkay ni Buldan—na sabi sa report ay suot ng biktima no'ng gabing bago mangyari ang krimen. At kung bakit naman daw nagputol ng burat si Buldan bago lumaklak ng panlinis ng silver, indikasyon daw iyon ng pag-amin at pagsisisi nito sa nagawa habang ako naman daw ay nagmamatigas pa rin hanggang sa mga sandaling ito. Napakahusay nila. Hindi ko dapat kinalilimutang mga pulis nga pala sila.

Iba ang istorya sa likod ng utak ko. Alam kong alam nila ang pinag-usapan namin no'ng dumalaw rito si Buldan. Ako ang tatanga-tanga sa pagkakataong ito, dahil dapat lagi kong alam na wala silang di nalalaman. Di ako nag-ingat. Nakalimot akong mga pulis nga pala sila at di tao. Alam ko, na bago kami makarating sa lungga namin, plantsado na ang lahat. Bangkay na ang kaibigan ko, naitanim na ang dapat na itanim at ako na lang ang hinihintay para makompleto ang palabas ng grupo ng walang-'yang si Elmer.

"'Yung kuwintas, pa'no napunta do'n sa tinutuluyan n'yo?" maaskad na tanong sa 'kin ng imbestigador sa ika-anim na pagkakataon.

"Hindi ko po alam, Tsip," pirmi kong sagot.

"Napag-alamang pag-aari 'yon ng biktima."

Sa ika-anim na pagkakataon, tumango uli ako.

"Gumagamit kayo ng kaibigan mo?"

"Ng ano po?"

Kasunod ng marahas na paghataw ng letra sa papel ang malakas na hambalos ng mug sa pisngi ko. Bumuwal ako sa kinauupuan ko. Dama ko ang mabilis na paglobo ng bukol sa aking pisngi. May halong dugo ang tumulo kong laway.

"Bumalik ka sa kinauupuan mo at sumagot nang maayos, malinaw?" Nakatingin siya sa 'kin paibaba.

Sapo-sapo ang pisngi, bumangon ako at itinayo rin ang tumaob na silya, ibinalik ko sa kaninang puwesto at saka inupuan.

"Gumagamit kayo ng kaibigan mo?" ulit nito habang sige ang tipa sa makinilya. Ewan ko kung ano'ng inilalaman niya sa nakasalang na papel. E, pakiwari ko'y wala namang nabubuo sa usapan naming ito.

Iling lang ang isinagot ko.

"Hindi?" paniniyak niya.

"Hindi... hindi po, Tsip," sagot ko.

Sinaksak niya ako ng mga titig na may talim ng sandaan at isang porsiyentong pagdududa saka tinalupan ng nagmumura niyang mga iling at ngiting mapambuwisit. Huminto siya sa pagtatanong at nagdere-deretso sa pagtipa. Tinitipa niya ang makinilya na parang may malaki itong atraso sa kaniya at kaniyang angkan.

"Sino naunang gumahasa sa inyo sa biktima?" bigla niyang balik.

Sa pagkakataong ito, nakadama ako ng biglang pagkulo ng dugo. Pinipigilan ko ang pagdilim ng aking paningin. Pinaglalabanan ko ang dahan-dahang pagkalagas ng aking nakakalbo nang hinahon at pasensiya.

"Kung makapagtanong kayo, parang napatunayan n'yo na'ng lahat," walang ano-ano'y bigla kong naisagot sa kaniya, at madali kong naalalang panandalian na naman akong nakalimot kung sino ang kausap ko.

Umibabaw ang garalgal na atungal ng wall fan nang mahinto ang 'tak-tak' ng makinilya. Kung anuman ang tunog ng kaba, iyon ang uod na gumagapang ngayon sa tenga ko.

Tumayo siya at lumakad patungo sa nakasampay niyang leather jacket. Dinukot niya ang kaha ng Marlboro'ng pula, nagsubo siya at nagsindi. Inialok niya sa 'kin ang kaha. Naibsan ang kaba ko. Kumuha ako ng isa, sinindihan niya ang yosing subo-subo ko.

"Salamat, Tsip," nahihiya kong sabi.

"Walang anuman," tugon niya.

Sumunod, natagpuan ko ang sarili kong nakahalik na sa malamig at nanggigitatang sahig, katabi ng nakataob na silyang kinauupuan ko kanina. Nakasubsob ang nguso ko sa sapatos niya. Umiikot ang paningin ko. Pumikit ako, damang-dama ang lamig ng sahig sa aking dibdib. Ipinaghele ako ng kirot sa panga.

22

ALAS-ONSE Y MEDYA ng gabi, habang binabagtas ang mga kalye ng Malate, napaiisip siya kung bakit sa dinami-rami ng katulad ni Edmon, ito pa ang napagdiskitahang salaulain at patayin ng tinatawag na bading serial killer. Sa pagkakaalam niya, mabait itong lalaki, hindi lantarang bakla. Kaya laking taka niya, na kung mga bakla nga ang biktima ng naturang serial killer, bakit naman si Edmon ang naging buwena mano gayong ito'y di mo mapagkakamalang bakla? Ang tindig nito'y mas maton pa sa mga bouncer ng mga bar na nakapalibot sa distrito.

Nang matunton niya ang district bar na pinapasukan ni Edmon no'ng ito'y nabubuhay pa, inabutan niyang lugmok ang mga pagmumukha ng mga nasa labas. Batid niyang dalawa ang posibleng dahilan ng kapanglawang iyon. Una, ang lintik na tumal na idinulot ng nangyari kay Edmon. Ikalawa, ang nangyari kay Edmon. Oo, ikalawa lamang iyon. Dahil 'ika nga nito no'ng nabubuhay pa, *"Walang totoong may pakialam."* At pinatotohanan nga iyon ng tanawing namalas niya ilang linggo matapos matagpuan ang bangkay ni Edmon sa Taguig.

Pumasok siya sa bar, halos di niya ito nakilala. Ang noong masiglang bar na walang paglagyan ng kostumer ay tila isang puntod ngayon na walang nakaaalalang dumalaw para magtirik man lang ng tigpipisong kandila. Umupo siya at um-order ng isang Pilsen. Um-order siya habang kinakapa ang paligid. Ang totoo, naghihintay lang siya ng kahit isang kaluluwa na lapitan siya at ibalita ang balitang ilang linggo nang bilasa, na makiramay man lang sa kaniyang kinikimkim na pagdadalamhati, na makipagkuwentuhan man lang sa kaniya tungkol sa mga alaalang iniwan ni Edmon. Um-order siya hindi para magpakalango—di tulad noong nabubuhay pa si Edmon. Walang kasinghaba ang mga gabi, walang lugar ang lungkot, walang paglagyan ang pait. Itinataas ang lahat sa kapangyarihan ng alkohol, nikotina, at huli'y sa apat na dingding ng Mariposa.

Tatlong Pilsen na ang lumipas sa kaniyang mesa, wala pa ring ligaw na kaluluwa. Ang mga kaibigan noon ay tila mga estranghero na ngayon na ni magtapon ng kap'rasong tingin ay ipinagdaramot. Sa isip niya, tama nga si Edmon: Walang totoong may pakialam. Lahat, ayaw madamay. Lahat, minanhid na ng araw-araw na karahasang mapangiliti.

Pagkabayad ng bill, tumayo na siya at lumakad palabas. Iginala niya ang paningin sa mga nakatambay sa bungad ng bar, mga tinging pilit humihingi ng tugon. Ngunit tanging mga ibinugang usok lamang ang nangungusap, tanging ang patay-sinding ilaw lamang ang kumikibo, ang magbabalut lamang ang humihiyaw. Mas may imik pa ang mga butiki.

Habang naglalakad, dama niyang inihahatid siya ng mga tingin at bulungan papalayo sa bar. Sa pagbaybay niya palabas ng distrito, muli na namang gumuhit ng mga larawan ang alaala ni Edmon sa kaniyang isipan—mga imahe ng paglalagalag, ng pagwawala, ng paglaya, pag-awit, pagsayaw… pag-ibig. Di na niya napansin ang mga luhang bumagsak sa magkabilang pisngi.

"Mang Delfin!"

Natigilan siya at biglang bumalik sa ulirat. Nagmamadali niyang pinahid ang luha at nag-ayos ng mukha. Sinisino niya ang tumawag at kung sinuman ito'y malamang na ka-baryo niya dahil

Mang Delfin ang tawag sa kaniya at hindi *Adolf* na siyang pangalan niya sa loob ng nilalakarang distrito.

"Mang Delfin, sa'n po kayo galing?" tanong ng isang binatilyong parang pinyang pinunyeta ng maraming ale sa palengke ang buhok. Naka-plain T-shirt ito at tsalekong itim, parang pinagulungan ng espasol ang mukha, nakahapit na syorts at matulis na sapatos kasama ang ilan pang kabataang may katulad na pananamit.

Hindi niya makilala ang binatilyo. Wala na siyang panahong kilalanin pa ito. At kung sinuman ito, hindi na mahalaga.

"D'yan lang sa kamag-anak namin," bantulot niyang sagot.

"Ahh, ganun po ba? Sige, ingat po. Pakumusta na lang kay Butsok."

Pagkatango'y nagtuloy siya ng lakad, mabilis sa pagkakataong ito. Sumakay siya sa kantong pilahan ng taxi, dala-dala ang maraming masasayang aalala na siya ring naghahatid ng lungkot at pait.

23

UNA NIYANG NAKILALA sina Buldan at Dodong sa isang bertdeyang hindi sila kumbidado. Pero dahil tropa ng tropa ang nagbertdey, naisabit ang mga ito. Kapwa sila hinatak ni Onat sa bertdey ng tribe master ng TST na si Atong. Isang gabing naglalakad ang tatlo—sina Buldan, Dodong, at Onat—nakasalubong nila si Butsok na pauwi na. Hinarang ito ni Onat at inayang sumama sa kanila sa bertdeyan. Matigas ang tanggi ni Butsok noon dahil hindi nga naman niya kaibigan ni kabatian si Atong at mga tropa nitong maluluwag magdamit. Inaalala niya, baka sabihin ng mga tao roon na si Onat—isa sa pinakaburaot sa Dreamland—ay nakuha pa'ng magdala ng mga ekstra-buraot sa bertdey na maging siya ay napilitan lang ding imbitahin.

"Oks lang 'yan. Ito ngang sina Buldan at Dodong, sabit lang din, e," pamimilit ni Onat.

"Neks taym na lang, Nat. Hinihintay din kase 'ko sa 'min, e," tanggi ni Butsok.

"Ayus lang 'yan. Sa 'min ka sumama, iskor tayo dun," putol ni Dodong sabay akbay kay Butsok.

"Sige na, libre item dun. Item lang ipupunta natin do'n," singit ni Buldan at biglang lapit nito ng bibig sa tenga ni Butsok. "Item lang dadayuhin natin dun, dahil item lang ang may silbi sa lugar na 'yun."

Nagbigay ng pagpayag-ngunit-uuwi-rin-ako-agad na tingin si Butsok sa tatlo.

"Tara na. Saglit lang ako, ha?" anas ni Butsok, sa timbre ng isang musmos na nag-aalalang baka paluin siya ng magulang pag inabutan ng dilim sa lansangan.

"Oo, ihahatid pa kita," ani Onat.

Binaybay ng tatlo ang daan papunta sa katabing zone. Habang papalapit nang papalapit sa bahay ni Atong, papalakas din nang papalakas ang dagundong ng malalaking speaker na nalulunod sa baho. Malabon Thugs ang nakasalang—Momay—isang kantang tumatalakay sa walang katulad na ligayang naidudulot ng paghithit ng marijuana.

Papalapit nang papalapit, papalakas nang papalakas ang huntahan at paandaran ng mga kabataang nais maging bida lahat, angat sa iba, magaling. Madalas ang pagkakatinginan nina Dodong at Buldan habang si Butsok, tila lumilipad ang isipan kung saan, at si Onat, hitsurang hayok na hayok sa alak at damo.

"Nat, 'kaw bahala sa 'min, ah?" anas ni Buldan.

"Oo. Kulit mo! Basta paglapag natin kina Atong, steady lang kayo. Konting fudtrip 'tapos kukuha akong alak at item para sa inyo."

"Chiks?" hirit ni Dodong.

"Tangina, 'yun lang, e. Dami dun. Pakasalan mo pa lahat."

"'Yun."

"Ayos ka lang, Tsok?" Sabay tapik ni Buldan sa balikat ni Butsok. May dalawa't kalahating segundo bago ito nakasagot.

"Ou, 'tol. Uwi rin ako agad, ah?"

Nailing at kamot-anit na lang ang tatlo sa kabalisaan ni Butsok. Nagtuloy sila ng lakad. Pagdating sa bahay ni Atong, sinalubong si Onat ng kaniyang mga ka-frat, handshake, tamang kumustahang akala mo sampung taong nawalay sa isa't isa, paandarang walang laman kundi ang mga nakaraan nilang inuman—kung sino'ng nagkalat ng suka, naunang nalasing, natirang matibay, umuwi nang maaga. Nakatunganga lang ang tatlo, naghihintay sa anumang ihuhudyat ni Onat.

"O, mga tsong, mga tropa ko pala sa Dreamland," putol ni Onat sa usapan nila ng mga ka-tribo.

"Bumili ka raw muna ng yelo kina Nympha sabi ni Atong, Nat," tugon sa kaniya ng isa, na parang ang mga ipinakilala'y pawang mga imahinasyon lamang.

"Ah, oo, sigi, sigi," mabilis na sagot ni Onat. "Asa'n pala si Atong?"

"Naro'n sa taas, kasama ni Gina. Wala daw munang mang-aabala. Bumili ka na ng yelo."

"Pambili?"

"Abonohan mo raw muna, babalik niya mamaya. Gamitin mo 'yung bisikleta d'yan sa labas."

Wala nang nagawa si Onat kundi sundin ang utos ng kanilang master. Bago umalis, ipinasok niya muna ang tatlo at kinunan ng tig-iisang plato. Halos mamuwalan ang bahay sa dami ng tao at kung may tenga lamang ito, malamang na magpapabatid ito ng labis na pagkarindi sa ingay na magkatuwang na nililikha ng mga tao at naglalakihang speaker. At kung may isip lamang ito, iisipin nitong walang kasimbobo ang mga batang ito sa pagsusumikap na magkarinigan sa pagkukuwentuhan habang lampas sa kapasidad ng eardrum ng tao ang bayo ng mga speaker.

"O, kayo na muna bahala d'yan, ah? Naro'n 'yung pagkain." Sabay turo sa mesang kinaroroonan ng mga handa.

"Bilisan mo, gago. 'Kakahiya dito, wala kaming kakilala," bulong ni Dodong kay Onat.

"Oo, mabilis lang."

Sumibat na si Onat, naiwang nakatanghod ang tatlo sa gitna ng kasiyahan, kakapa-kapa sa paligid.

"Dong, kuha na tayong pagkain. Gutom na 'ko," bulong ni Buldan kay Dodong.

"Tsok, ano? Tara?" baling ni Dodong kay Butsok. Sumagot ito ng tango.

Bantulot na tumayo ang tatlo at tumungo sa mesa na iiwas-iwas makabangga ng mga bisitang pirming nakahambalang sa daan.

Nagmamadali silang sumandok ng anumang masandok na putahe saka nagbalik sa puwesto. Tila ilang araw na hindi dinapuan ng masarap na pagkain ang sikmura ni Buldan at isang malaking indikasyon ang bilis nitong lumamon kumpara sa dalawang kasama. Di naman mapakali si Butsok, pakiramdam niya'y ang lahat ng mata'y nakapako sa kanilang tatlo.

"Dong…"

"Ano 'yon, Tsok?"

"Sibat na kaya tayo?" aya nito.

"Anu ka ba, kararating lang natin. Di pa nga ubos 'yang laman ng pinggan mo, o." Sabay nguso sa pinggang nakapatong sa mga hita ni Butsok.

"E, masama kasi pakiramdam ko sa lugar na 'to, e."

"Bakit?"

"Parang lahat sila, tayo ang pinag-uusapan."

Iginala ni Dodong ang tingin. "Nakaiskor ka na 'ata, e," balik niya kay Butsok.

"Hindi. Seryoso ako."

"Kaya nga. Seryoso din ako. Nakaiskor ka na, 'no?" pagdiriin pa ni Dodong.

"Bahala ka."

"Tamang-hinala ka, e. Bakit tayo pag-uusapan, e di nga natin kilala 'yang mga 'yan?"

"Iyon na nga, e. Di tayo kilala kaya tayo ang pinag-uusapan."

"O, 'ayan na si Onat," putol ni Buldan.

Mula sa ikalawang palapag, isang mamang payat na may mahaba't kulot na buhok ang pababa. Si Atong. Hinarang nito si Onat na may bitbit na dalawang plastic bag ng ice cube. Bumulong ito kay Onat habang manaka-naka ang pagtatapon ng tingin sa tatlo. Dumeretso ng kusina si Onat, lumakad si Atong papunta sa tatlo. Bago marating ang tatlo, paulit-ulit, kabi-kabilang happy birthday muna ang tinanggap nito mula sa mga nakahambalang. Huminto sa paglantak ang tatlo, nakapako ang paningin sa paparating.

"Iyan 'yung Aytong," bulong ni Buldan kay Dodong na mabulol-bulol sa dami ng nginunguyang pagkain.

"Tumatalsik 'yung kanin sa tenga ko, hinay-hinay ka. Alam kong 'yan 'yung Atong," tugon ni Dodong habang pinapagpagan ang tengang natalsikan ng kanin.

"Ay, sori. Batiin natin. Papalapit na dito, o."

Ilang hakbang na lang ang pagitan ni Atong sa tatlo, patuloy pa rin itong tumatanggap ng mga pagbati sa mga bisita. Ilang hakbang, huminto ito sa harapan ng tatlo.

Listong bumati si Buldan. "Happy birthday, ser!" Sabay saludo.

Nakatitig lang si Atong sa tatlo. Nagpapakiramdaman sila. Dama nilang tipong kinikilala sila ng may kaarawan.

"Kaninong mga tropa 'to?" tanong ni Atong sa lahat. Tinginan ang mga tao sa tatlo.

Nagkatinginan sila—mga tinginang humihingi ng saklolo sa isa't isa.

"Ahhh. Mga tropa kami ni Onat, ser," sagot ni Dodong.

"Bodyik, pakitawag si Onat dun sa kusina," utos ni Atong sa binatilyong bundat na nakasalampak sa sahig.

Nananakbong tinungo ni Onat ang kinaroroonan ng tatlo.

"Kasama mo 'tong mga 'to?" matalim na tanong ni Atong kay Onat.

Hindi agad nakasagot si Onat, sinisipat-sipat ang tatlo, mistulang kinikilala.

"Hindi, master. Hindi ko kilala 'yang mga 'yan. Bakit, master?"

Hindi nagsalita ni isa sa tatlo, pare-parehong tila nanigas ang mga panga sa isinagot ni Onat. Ang tropa nilang may ilang taon na rin silang binuburaot, itinatangging kilala sila. Si Onat na kumaladkad sa kanila sa bertday ni Atong at nangakong may libreng alak at item, itinatangging kasama sila. Ang mga titig nina Buldan, Dodong, at Butsok kay Onat, kung makabubuo lamang ng pangungusap ay "Putangina mo, Onat!" lang at wala nang iba.

"Di raw kayo kilala. Ako ang may bertdey, di ko rin kayo kilala. 'Tapos ang lalakas n'yong magsilamon," dahan-dahan at mariing sabi ni Atong. Sinundan iyon ng tawanan ng mga bisita. Parang chicharong balat ng manok na nanguluntoy ang tatlo sa hiya.

"E, putsa! Baka mga taga-kabilang tribe 'yan?"

"Ha-ha-ha-ha! Anong tribe? Yatap-motug gangsta?"

"Wa-ha-ha-ha-ha-ha-ha!" halakhak ng paligid.

"Sige na, magsilayas kayo dito. Mga buraot!" bugaw ni Atong sa tatlo na parang mga galising asong kalyeng nakahambalang sa daan.

Sa mga sandaling iyon, parang tanggap na tanggap nilang mga patay-gutom nga sila; na mga buraot nga sila. Pero ang di nila matanggap ay ang ginawang pangha-hassle ni Onat. Wala nang mas nakahihiya pa sa eksenang pagtapos mong lumamon sa bertdeyan ng tropa ng isang tropa'y biglang isasampal sa 'yo ng may bertdey na di ka niya kilala, di ka imibitado, at itatanggi ka pa ng tropa mong humila sa 'yo.

Walang sali-salita, bantulot na tumayo ang tatlo at inilapag ang kani-kaniyang pinggang malinis sa silya. Nahati ang daan at para silang mga kriminal na lumalakad sa isang mapanghusgang landas. Nagmamadali ang mga paa nilang hinahabol ang wari'y pintuang papalayo nang papalyo. Inihatid sila ng mga naniningkit-na-mata-katatawa-kasisindi papalabas ng bahay ni Atong.

Nang makalayo-layo sa bahay ni Atong, wala nang nagawa ang tatlo kundi ang pagtawanan ang isa't isa.

"Tangina talaga. Ha-ha-ha! Mga hitsura natin kanina. Ha-ha-ha-ha!" ani Buldan.

"Natatawa ako sa mga plato natin. Tangina simot. Di pa nakuhang ilagay man lang sa lababo. Ha-ha-ha!" anas ni Dodong.

"E, pinalayas tayong bigla, e," dagdag pa ni Butsok.

"Mukha mo kanina, Tsok. Para kang matatae sa kaserola. Ha-ha-ha!" kantiyaw ni Buldan.

"E, ikaw nga, sinasabihan na tayong patay-gutom, sige pa rin lamon mo, e," balik ni Butsok.

"Di ko naman kase naisip na gagaguhin tayo ni Onat, kaya sige lang ako ngatngat dun sa buto ng manok. E, putangina, biglang di raw tayo kilala ni Gago. Ha-ha-ha!"

"Ano kaya'ng problema ni Onat?" tanong ni Butsok.

"Para tayong pinag-trip-an, e," palagay ni Buldan.

"Kung napag-trip-an tayo, malamang napilitan lang 'yang si Onat. Walang intensiyon 'yun," anas ni Dodong.

"Pa'nong napilitan?" tanong ni Buldan.

"'Kita mo namang mas mababa pa sa ranggo ng atsoy ang puwesto ni Onat sa grupo nila. Putsa, kararating lang, sinalubong na agad ng pabili ng yelo, e. Saka nagpapakilala ng bisita 'yung tao, parang mga walang nakita, mas mahalaga pa rin ang yelo," estima ni Dodong.

"Tsk. Oo nga, 'no? Kunsabagay. Nagkuwento nga sa 'kin 'yang si Onat noon. Angas ng pagkakakuwento, e. Bago raw makapasok sa grupo nila, mag-aagaw-buhay ka muna. Kaya walang nakakapasok na mahina. Tulad raw niya, isang taon daw siyang tumatanggap ng palo bago nakapasok. Installment kumbaga. 'Tapos nalaman ko do'n sa syota ng pinsan kong kagrupo din nila na dalawang araw lang niyang tinapos 'yung mga palo. 'Tapos si Onat, isambuong taon na pinapaluan," iiling-iling na kuwento ni Buldan.

"Kawawa amputa. Nadamay pa tuloy tayo sa kabobohan niya. Ha-ha-ha!"

"Balik tayo dun," biglang putol ni Dodong.

Natigilan ang dalawa at napatingin sa kaniya.

"Gagawin natin dun?" tanong ni Buldan.

"Basta," matipid at pirming tugon ni Dodong.

"Di na 'ko makakasama, ah. Mauuna na 'ko sa inyo," paalam ni Butsok.

"Tsok, saglit lang tayo." Biglang pisil ni Dodong sa balikat nito.

"Ano ba'ng gagawin dun?" tanong ni Buldan sa tono ng alanganing sasama, alanganing hindi.

"Basta. Hindi tayo maaano. Balik lang tayo, may kukunin lang." Sabay baling niya ng tingin kay Butsok. "Tsok, saglit lang talaga. May kukunin lang tayo," mariing pakiusap ni Dodong.

Wala nang nagawa ang dalawa. Lumakad silang tatlo pabalik. Mabilis silang nakabalik sa lugar ni Atong. Dumistansiya muna ang tatlo, pumoste sa isang tindahan, dalawang bahay ang pagitan sa bahay ni Atong. Sisipat-sipat si Dodong.

"Dong, ano na?" tanong ni Buldan.

"Pagpasok niyang dalawang kalbo na 'yan, kunin mo 'yung mga tsinelas. Basta kumuha ka ng mga tsinelas pero 'wag mong lahatin. Dalawa-tatlong pares, ayus na."

"Para sa'n? Tangina mu naman, Dong, para kang bata. Gaganti ka rin lang, di mo pa ayusin. Nanakawan natin ng tsinelas 'yang mga 'yan, e 'kita mo naman kaninang mas pudpod pa sa mukha nila 'yung mga tsinelas nila," pag-aatubili ni Buldan.

"Tangina, ang dami mong satsat. Basta pagpasok nung dalawang kalbo, kumuha ka ng pinapakuha ko, gago!" singhal ni Dodong kay Buldan. Wala itong nagawa kundi ang magkamot ng anit. Sumunod ay umakbay siya kay Butsok. "Tsok, nakikita mo 'yung bisikletang kulay itim na 'yon?" Tumango lang si Butsok. "Kunin mo 'yun, sumabay ka kay Buldan."

"Paano kung nakakandado?" tanong nito.

"Di 'yan nakakandado, nakita ko kanina."

"Sigurado ka, ha?"

"Oo. 'Yan 'yung ginamit ni Onat nung bumili siya ng yelo."

Ilang minuto ring naghintay ang tatlo. May mga pagkakataong si Kalbo Number 1 lang ang pumapasok at naiiwan si Kalbo Number 2—halinhinang gano'n. Mistulang guwardiya ang mga ito. Hanggang sa lumabas si Atong at tila may iniutos sa dalawa.

Pagsibat ng dalawa, dagling nanakbo sina Buldan at Butsok sa harapan ng bahay ni Atong. Tulad ng iniutos ni Dodong, dumampot ng mga tsinelas si Buldan at walang kahirap-hirap namang kinuha ni Butsok ang bisikletang itim na nakasandal sa gilid ng bahay. Madaling bumalik ang dalawa sa tindahang kinapopostehan kanina. Pagbalik nila, may kipkip nang basyo ng mucho si Dodong—isa sa kanang kamay, isa sa kilikili; sambote naman ng gin na bukas sa kaliwa.

"O, tara na," aya ni Dodong.

"Sa'n tayo?" tanong ni Buldan.

"Basta. Tara na, makita pa tayo dito."

Iniabot ni Dodong kay Buldan ang isang mucho. Lulan ng bisikletang itim, magkaangkasang sumibat ang tatlo. Sa likuran si Dodong, sa harapan si Buldan. Hindi magkandatuto si Butsok sa bigat ng dalawa. Ngnginig-nginig ang manibela, gegewang-gewang. May pagtataka pa rin sa anit ng dalawa sa kung anumang binabalak ni Dodong.

24

MALINAW SA AKING pandinig ang paulit-ulit na tanong. *"Gising na ba? May malay na ba?"* boses ni Elmer. Kanina ko pa pinipigilang magmulat—kahit pa ilang dagok, tadyak, at bigwas na ang inabot ko kagigising-kapapabangon sa 'kin ng mga animal. Ito na lang ako napabalikwas, sino ba namang hindi? Napalampas ko ang mainit na ihing pumaligo sa pagmumukha ko. Pero hindi ang malamig na batutang dahan-dahang bumabaybay patungo sa aking tumbong.

Pag-igkas ko'y nagtawanan ang mga putangina. Binawi ko ang aking katawan sa pagkakaratay at tumupi sa isang sulok. Wala na kami sa presinto sa palagay ko. Tatlong mama ang naaninag ko—si Elmer at ang dalawa niyang alipores.

"Mahirap talagang gisingin ang nagtutulog-tulugan, ano?" hirit ni Elmer. "At lalong mahirap paaminin ang nagtatanga-tanghan. Alam mo kung ano'ng masamang balita?" tanong niya sa 'kin.

Wala akong imik. Humakbang siya papalapit, bahagyang yumuko, at itinutok ang mukha sa akin.

"Alam mo kung ano'ng masamang balita?" ulit niya, mas mariin.

Umiling ako, sa pangambang baka ipagpatuloy niya ang pagturbo sa pwet ko gamit ang batuta kung hindi ako sasagot.

Nangiti si Elmer—ngiti ng isang gagong ulol. Naghihintay ako sa salitang bibitiwan niya, na sa palagay ko'y sadya niyang binibitin.

Palingon-lingon siya sa dalawang kasama. Inaabangan ko ang masamang balita.

"Huwag kang mag-alala, may magandang balita," bigla niyang kabig. "Ano'ng gusto mong mauna? Good o bad?" tanong niya.

Kung kanina'y matae-tae ako sa nerbiyos nang sabihing may masamang balita, ngayo'y triple ang kaba ko nang sabihin niyang may good news.

"Kayo po bahala, boss," magalang kong sabi.

"O, sige. Madali akong kausap. Unahin natin ang… good."

"Sige po," tipid kong sagot, na para bang walang kabang sumasabog sa dibdib ko.

"Ang magandang balita… hindi kita papatayin. Pinaarbor ka na sa 'kin."

Walang emosyong mababakas sa mukha ko. Isang blangkong reaksiyon lang ang ibinigay ko. Dahil kung ako ang masusunod, mas mainam kung tatapusin na nila ako ora mismo. Unti-unti, nanuot sa bungo ko ang realidad na matagal pa nga siguro akong magdurusa sa kamay ng mga hinayupak na 'to.

"Bakit parang hindi ka masaya?" tanong niya. Hindi ako sumagot. "At ang masamang balita…"

Paikot-ikot siya sa kuwarto. Sinusundan ko ng tingin bawat galaw niya. Ang kaninang ngingisi-ngising si Elmer ay unti-unting ginusutan ng noo, nagkuyom ng kamao, bumuntonghininga nang isang baryo.

"Ang masamang balita, 'yung item ko, mukhang binawasan n'yo."

Sinundan ng mga palatak at iling ang masamang balitang iyon na ni hibla'y wala akong kaide-ideya. Una'y nanggahasa ako't pumatay, ngayon naman naging estapador pa ako ng item. Sa dami ng kaso ko, dapat na siguro akong patayin nang sampung beses. Pero ang sabi ng magandang balita, matagal pa raw akong gagapang.

"Anong item… boss?" buong pagtataka kong tanong.

Si Elmer naman ang walang-imik. Umabante patungo sa akin ang dalawa, pagkadaka'y dinakma ako sa braso. Nagpumiglas ako. Pero sa lakas ng mga ito at sa madaling panlalata ng aking mga bugbog-saradong bisig, wala na akong nagawa kundi ibigay ang sarili at magmakaawa, at magpumiglas muli.

"Boss, wala ho 'kong alam sa item na sinasabi n'yo!"

"Wala? Sa sobrang suwapang ng kaibigan mo, bumatak muna bago nagpatiwakal!"

Naalala ko 'yung item na iniwan ko sa lalagyan ng biskuwit kasama ng mga litrato ni Che. Iyon ang ginamit ni Buldan, sigurado ako. Hindi ko maintindihan kung anong item ni Elmer ang sinasabing binawasan. Puki ng inang Elmer 'to.

"Boss, iskor lang ho 'yon sa looban. Maniwala kayo, boss!" depensa ko.

"Oo, kap'raso lang 'yon. Pero sana, sana... iyon na ang una't huli," pipikit-pikit na sabi ni Elmer.

Dinampot ni Elmer ang batuta. Masama ang kutob ko.

"Boss, ano ho 'yan?" listo kong tanong.

"Putangina, nauubos na ang pasensiya ko. Palalampasin ko 'yung ginawa mo kay Che, putangina ka. 'Yung item, nasa'n?"

"Boss, wala akong alam sa item! Maniwala kayo!" Muli, nagpumiglas ako. Hindi ko na maintindihan. Putangina, gulong-gulo ako.

Lumakad papunta sa likuran ko si Elmer, hinubuan ako ng pantalon, ikiniskis sa pagitan ng aking mga pigi ang malamig na batuta. Dama ko ang pagtaas ng aking mga balahibo.

"'Yung item?" diin niya.

Tumatagos sa buto ko ang gigil niya. Hindi ko maunawaan. May mga pagkakataong gusto ko nang maniwala na baka ako ang gumawa ng lahat ng ibinibintang niya at ginawa ko 'yon habang tulog ako. Kung maaari ba'ng gano'n.

"Boss, maniwala naman kayo. Wala ho akong alam sa sinasabi n'yong item!" diin ko pa.

Mabilis na tumugon ng hambalos sa aking ulo si Elmer. Umiilag ako sa abot ng aking makakaya. Sunod-sunod ang hambalos. Sa pagitan ng mas lalong bumibigat na mga palo, pakiramdam ko'y bumabagal ang lahat. Islomo. Walang ibang naglalaro sa isip ko kundi bakit ako. Bakit ako pinag-aaksayahan ng oras ng mga ulupong na 'to? Mainit ang dugong humilamos sa mukha ko.

Nang mahinto siya sa pagbarag sa bungo ko, mabali-bali ang leeg ko sa paglingon sa likuran. Buong pagkalalaki akong nagmakaawa sa kaniya. Pabilis nang pabilis ang tibok ng puso ko habang tantiya kong humuhugot na siya ng buwelo. Itinodo ko na ang natitira kong lakas para magpumiglas. Inipit ko ang itlog ko papunta sa harapan salo-salo ng magkadikit kong hita at itinikom ang butas ng pwet. Walang paglagyan ang panginginig ng mga tuhod ko. Parang bilyaristang masinsin na pumipina at ulol na ulol nang sumargo ang hitsura ni Elmer.

"Putangina mo! Di ba sabi ko sa 'yo, hindi kita papatayin?!"

Pumikit ako't pinigil ang paghinga.

25

PARA SA ISANG tahanang pimamahayan ng karahasang naging pangkaraniwan na lamang sa paglikdaw ng maraming taon, isang milagro ang magkaroon ng isang segundong kapayapaan. Pero isang gabi, tila may naligaw na himala sa bahay nina Butsok. Para sa kaniyang ina, isang milagro ang pag-uwi ng kaniyang ama nang hindi man lang nagtataas ng boses, nagmumura, o nagdadabog. Napakalaking milagro ang pagderetso nito sa kuwarto nang walang iniuutos na kahit ano. Walang enerhiyang nagpapahiwatig ng gana nito sa pagbubuhat ng kamay. At lalong napakalaking milagro ang di nito paghahanap ng langis.

Nang pumihit si Butsok para magmano'y agad itong inagaw ng titig ng kaniyang ina, nangungusap na *"Huwag. Manatili ka sa kinauupuan mo."* Madaling nakuha ni Butsok ang ipinababatid ng ina kaya't bumalik siya ng salampak sa kinauupuan at nagpatuloy sa pagsasalansan ng gamot ng kapatid.

Gusto mang alukin ng hapunan o kape man lang, minabuti na lang ni Aling Rosa na dumistansiya at manahimik. Natatakot siyang baka magbago pang bigla ang damdamin ng kaniyang asawa at pag nakita ang kaniyang pagmumukha'y ganahan pa itong magwala. Nagdiriwang ang kalooban niya bilang isang maybahay at lalo, bilang isang ina. Makakayanan niya ang pangmamaltrato ng asawa sa kaniya ngunit hindi sa kaniyang mga anak, lalo na kay Butsok na sa murang edad pa lamang ay pinanglawan na ng kamusmusan at nang magkaisip ay ibang mga katotohanan ang kinapitan—na siyang ipinagluluksa niya sa mahabang panahon, at sa tingin niya, sa mga darating pang bukas. Pero sa gabing ito, sa paniniwala niya, isang himala ang nagkamaling dumapo sa kanilang lungga. Nais niyang namnamin ang bawat sandali ng kapayapaan.

Iba naman ang damdamin ni Butsok. Sa palagay niya, walang gumagalang suwerte. Lumbay lamang ang mayroon na lagi't lagi'y dulot ng kaligayahan ng iba. Alam niyang huwad ang kapayapaang ipinagdiriwang ng kalooban ng kaniyang ina.

Tumayo si Butsok, kinuha ang nakasampay na maong, nagbihis.

"Sa'n ka pupunta?" tanong ng kaniyang ina.

"Bibili po ng gamot ni Myla, kulang na po," sagot niya.

"May pera ka, 'nak?" bantulot na tanong ni Aling Rosa.

"Mayro'n pa po." Sabay tapik niya sa likurang bulsa ng syorts.

Lumabas si Butsok at nagmuni-muni. Tumambay siya sa panaderya ni Lot-Lot sa labasan, nagsigarilyo, pinagmamasdan ang mga naglalakad. Wala siyang ibang nakikita kundi isang pamilyar na mukha. Maya-maya'y pumailanlang ang lakas ng tunog radyo sa bakery. *Payong pagmamahal.* Inihagis siya ng gunita sa isang kanto sa Nakpil.

"Kumusta?" bati sa kaniya ng isang lalaking di niya kilala, tulad ng pagbati sa kaniya ng ilan pang naunang di niya rin kilala at unang beses niya lang nakita.

"Mabuti naman," sagot niya, tulad rin ng sagot niya sa mga nauna.

"Ayaw mo dun sa loob?" Sabay turo ng lalaki sa bar.

"Okay lang." Mataman niyang minasdan ang mukha ng lalaki.

"What do you mean by okay lang?" nagtatakang tanong sa kaniya nito.

"Wala akong pera pang-inom," deretso niyang sabi.

Umakbay sa kaniya ang lalaki. Wala siyang tutol. Alam niya ang nais ipahiwatig nito.

"May tindig ka naman. Hindi problema 'yan," dahan-dahan at mahiningang sambit ng lalaki malapit sa tenga niya.

Wala na siyang sinabi pa. Lumakad siya akbay-akbay ng lalaki papasok sa bar. Kumuha sila ng upuan para sa dalawa. Pula ang kulay ng ilaw sa loob, sexy jazz ang musika. May kaniya-kaniyang mundo ang bawat upuan. Iba ang istorya sa ibabaw ng mesa at kuwento sa ilalim—kaniya-kaniyang biyahe, kaniya-kaniyang manibela. Umorder ang lalaki ng dalawang San Mig light at isang platitong mani. Hindi siya makahugot ng sasabihin o makapagsimula man lang kahit na munting usapan tungkol sa mga kung ano-ano lang. Pilit man niyang itago na bago siya sa eksena, hubad naman iyong isinisiwalat ng mga mata niyang hindi mapanuto, halatang lihim na nagugulat sa mga nasasaksihan.

"Hindi ka sanay, 'no?" anas ng lalaki.

Ngumiti lang siya sabay lagok sa bote, dampot ng mani, bato sa bunganga.

"First time mo?" pangungumpirma nito.

Umiling siya—iling na may bahid tango, tipong ang gusto sabihi'y medyo pero nakahihiya kung aamin. Kaya't umiling siyang pirmi; matigas.

"'Wag ka nang mahiya. Okay la—"

"Nakailang balik na rin ako dito," pakli niya.

"Ahhh. Ngayon lang kase kita nakita. Hmmm."

"Baka di lang tayo nagkakatiyempuhan," katwiran niya.

"Baka nga," pag-ayon na lang ng lalaki. "Kanina, napansin ko may mga nauna nang lumapit sa 'yo, ah. Bakit di ka sumama?"

"Ayoko, e," mabilis niyang tugon.

"E, ba't sa 'kin?"

"Hindi ko rin alam."

Nakangiti lang ang lalaki, hindi na nangulit pa. Tumungga ito sa kakatwang porma. Sadya niyang isinubong parang lolipop ang nguso ng bote't pinaikutan ng dila, saka lumagok at pagkalapag ng bote'y saka kumindat sa kaniya.

Bantulot siya. Hindi siya makapirmi ng tingin sa kasama. May mga pagkakataong kunwari'y napalilingon siya o kaya'y hinahanap ang waiter, kahit na alam niyang wala siyang pang-order mailiko lang ang paningin at mabawasan ang ilang.

"Alam mo, pamilyar ka."

"Oh? Akala ko ba first time mo 'kong makita dito?" pang-uuyam niyang may laman.

"Hindi, kamukha mo lang. Mas bata ka, mas sariwa." Sabay kagat nito sa labi.

"Madalas ka ba dito?" pag-iiba ni Butsok.

"Bakit mo natanong?" balik-tanong ng lalaki.

"Gusto ko lang malaman."

"Oo. Ito ang hanapbuhay ko, e. Di ba halata?"

"Hanapbuhay? E, ikaw 'tong gumagastos ngayon."

"Kapag sinabi kong hanapbuhay, hindi palaging ibig sabihin nun ako ang nagbibigay ng serbisyo. Naghahanap din ako ng makapagbibigay sa 'kin nun. Naghahanap ako ng buhay."

Lumipas ang marami pang kuwentuhan, kumapal nang kumapal ang bote sa lamesa, buhay pa rin ang eksena. Kinuha ng lalaki ang bill. Lumabas sila. Tumawag ng taxi ang lalaki, sumakay sila, binaybay ang pinakamalapit na motel.

Biglang parang robot na ang nagsasalita sa radyo. Static. Inayos iyon ng tindera sa pamamagitan ng pagdagok dito. Balik-linaw ang salita ng dumadakdak na DJ.

Ilang linggo ang lumipas, nakipaghiwalay sa kaniya ang kasintahang si Marife. Labis-labis ang galit nito sa kaniya. Hindi nga siya nahuling nananarantado, hinawaan naman niya ng sakit.

Bagama't una't huling dapo niya iyon sa Malate, naulit nang naulit ang kanilang mga engkuwentro ng lalaki sa iba't ibang lugar kung sa'n niya hilingin. Katwiran niya, para iyon sa proteksiyon nilang dalawa dahil ani Butsok, may syota siyang mapagmatyag at maraming kakilala. Wala namang di-pagsang-ayon sa kaniya ang lalaki. Masigasig ito sa pagpunta sa mga lugar na itinatakda niyang kitaan. At Araw ng mga Puso, nagkasundo silang sa Lower Bicutan magtagpo, ayon na rin sa hiling ni Butsok.

Kumain muna sila sa Jollibee sa Bayan at saka dumeretso sa kapwa inaasahan nilang kapupuntahan ng kanilang pagkikita. Dinala ni Butsok ang lalaki sa Hagonoy. Pangako niya, may sorpresa siya at tunay nitong maiibigan ang gagawin nila. Hanggang sa marating nila ang isang bagong dinedebelop pa lang na subdibisyon. Matataas ang talahib, wala pang mga residente, kanila lamang ang lugar.

Napatingin ang lalaki nang malagkit sa kaniya. "Pilyo ka talaga," anas nito sabay kurot sa kaniyang singit.

Pumwesto sila sa isang sulok na hindi tinatamaan ng ilaw ng poste—puwestong tanging buwan lamang ang nagbibigay-liwanag. Hinubaran ni Butsok ang lalaki, pinahiga. Iniabot nito sa kaniya ang isang flavored lubricant, naglagay sa kamay si Butsok at iminasahe sa naghuhumindig na ari nito. Habang sinasalsal niya ito'y manaka-naka niya rin itong dinadampian ng tapik sa pisngi—mahihinang sampal; mga sampal na may cariño. Hanggang sa mapunta ang hinlalato niya sa bunganga nito, supsop-supsop na parang tsupon. At nang matantiya niyang nanunulay na ito patungo sa gitna ng kaganapan, isinubo niya ang galit na galit nitong ari. Nalasahan niya ang menthol na flavor ng lubricant. Binawi niya ang kaniyang daliring supsop-supsop nito. Dumukot siya sa likurang bulsa.

"Puta ka, malapit na 'ko! Ohhh!" Sabay sabunot at subsob pa ng mukha niya sa pagitan ng mga hita nitong nagmumura ang balahibo sa kapal.

"Puta ka rin! Tangina mo!" tugon ni Butsok pagkaahon sabay unday ng laslas sa leeg nito.

"Ahhhhh! Urgkhgh!"

Pagsambulat ng tamod nito'y siya ring pagsargo ng dugo mula sa laslas nitong lalamunan. Orgasmo at kamatayan. Kumisay-kisay ito na parang isdang tinanggal sa aquarium. Pinaulit-ulit pa ni Butsok ang pagsaksak dito na parang wala nang mamaya. Sa lalim at diin ng bawat tarak ng patalim sa iba't ibang bahagi ng katawan ng lalaki, at sa lakas ng pagkakahugot ni Butsok, mistulang palaman ng unan na naglalabasan-nagtatalsikanang ilang laman nito.

"Ughm! Ughm! Putangina mugh!"

Nang magkasya sa dami ng saksak na ibinurda niya, sumunod ay hinila niyang parang goma ang ari nito at saka dahan-dahang hiniwa, pinugot. Malakas at mataas ang pusitsit ng dugo, parang tira ng water gun paitaas. Isinaksak niya sa nakabukang bunganga ng lalaki ang ari nito saka sinuotan ng duguang brip sa ulo. Ilang beses niyang dinuraan ang bangkay bago lumisan.

Inilipat ng tindera ang istasyon sa balita. Press para sa Task Force Pebrero—mga leads at update sa progress ng pangha-hunting nila sa bading serial killer.

Iiling-iling at kalahati ang ngiti ni Butsok. *'Ang mga gagong pulis, walang kasintuso. Ang buraot na midya, walang kasinsuwapang. Ang mga taong paniwalang-paniwala, walang kasimbobo,'* naisip niya.

26

AKALA KO'Y INIIHIAN na naman nila ako, water gun pala. Ginising ako ng isang batang bumabaril sa 'kin ng water gun, lima-anim na taong gulang sa tantiya ko. Umaga na, nasa selda na ulit ako. Pumihit ako para iiwas ang sarili sa pangungulit ng bata. Napapipitik ang mga kalamnan ko sa kirot ng buo kong katawan. Ang pwet ko, sobrang hapdi. Pakiramdam ko, wala nang silbi ang umiri kung tatae. Manhid ang balakang ko, may mga bakas pa ng natuyong dugo sa aking binti na muling nabuhay nang daluyan ng pawis na nagmumula sa singit ko. Ang lansang namamayani sa solo kong selda'y walang dudang sa 'kin nagmumula.

Hindi ko na alam saan ko isusuot ang sarili ko. Kaunti na lang, makalilimutan ko na kung para saan pa ang umilag. Katunayan, ito ngang batang kanina pa ako pinagti-trip-an, di ko na magawang ilagan. Hindi ko naman puwedeng bugawin at malamang anak 'to ng pulis; wala na akong paglagyan ng pasa at latay. Isa pa, mukhang sa 'kin lang nalilibang ang isang 'to. Tanginang bata 'to, nalilibang sa pangha-hassle ng tao.

"Vincent!" mula ang boses bandang front desk.

Hindi natinag ang bata, sige pa rin ang baril sa 'kin. Tinitigan ko ito nang pailalim, walang epekto. Wala pang takot ang batang ito. Nakailang ulit ang tumatawag sa harapan, hanggang sa sinundo na ito. Pag-angat ko ng mukha, si Elmer.

"Dada!" Sabay takbo't yakap ng bata kay Elmer.

Anak ni Elmer ang isang 'to. Kaya pala.

"Di ba Dada told you not to go in here?" pangaral ni Elmer sa bata.

"Yes, Dada."

"He's a bad person." Sabay turo sa 'kin ng putangina. "You shouldn't be playing with him, okay?"

"No, I'm not, Dada. I am teaching him his lesson, Dada," ismid sa akin ng bata.

Amputanginang batang 'to, tinuturuan daw ako ng leksiyon. Anong kademonyohan kaya ang ipinapasok ng ama nito sa kaniyang inosenteng bungo? Hindi raw siya nakikipaglaro. Ibig sabihin, binabaril niya ako hindi para libangin ang sarili kundi para turuan ako ng leksiyon. Malamang paniwala ng batang ito na masama ang mga tulad kong nasa likod ng rehas. Sana sa susunod, ituro din ng kaniyang amang pulis sa kaniya na hindi ibig sabihing hindi nakakulong ang isang tao ay mabuti na ito.

Sumibat ang mag-ama. Basang-basa ako. Halos maubos ng bata ang kargang tubig ng water gun niya sa pagtuturo sa akin ng leksiyon. Sa mga pagkakataong ito, iniisip ko na naman kung ano'ng sasapitin ko mamaya, kung saan na naman ako dadalhin, at kung ano-ano pa kaya ang ibibintang sa 'kin. Sana totoo ang mga eksena sa pelikulang aksiyon; sana ganoon lang kadaling tumakas at mang-upak ng sandosenang kontrabida kahit na nag-iisa't kamao lang ang armas.

Gumagapang na ang liwanag papunta sa akin. Sinikap kong lumayo't gumawi sa pinakasulok. Isinandal ko ang bugbog kong likuran, ginugunita ang mga pangyayari—ang napakabibilis na pangyayari na hanggang sa mga oras na ito, hindi ko pa rin masakyan. Hay. Wala na nga sigurong ibang daan palabas.

Ilang sandali pa, naulinigan ko ang mga yabag na paparating. Alam kong sila na naman ito. Hindi ko pa naiiunat ang mga binti ko'y heto na naman sila. Ninenerbiyos na naman ako. Akalain mong tumatalab pa rin ang nerbiyos. Bigla ang pamamawis ko nang malamig, tayuan ang mga balahibo ko sa batok. Ang sama ng tiyan ko, dulot na rin siguro ng paulit-ulit na pagwalang-'ya nila sa 'king tumbong. Pakiramdam ko, ang hirap magpigil kapag ganito.

Pagdungaw ng mga bataan ni Elmer, sumalubong agad ako ng paalam na magbabanyo. Alam kong sinalubong din sila ng alingasaw na pinakawalan ko.

"Boss, sige na naman, o. Di ko na kayang ipitin," pagmamakaawa ko habang pinipiga ko ang tiyan ko.

"Putangina, Cortez! Ambaho! Baka sa sasakyan pa magkalat 'yan."

"Sige na, sige na. Eskortan n'yo. Pukinam—nakakasuka. Utot-iskuwater!"

Tinanggalan ng isa ng kandado ang selda. Sa diri ng mga gago, pinabayaan nila akong magpunta mag-isa sa banyo. Nananakbo kong tinungo ang banyo sapo-sapo ang tiyan. Panandaliang minanhid ng nagwawalang ebak sa tiyan ko ang sakit ng buo kong katawan. Ikinandado ko ang pinto, deretso salpak sa trono. Sumambulat ang tubigang tae paikot sa ngalangala ng inodoro sa saliw ng tila sintunadong torotot na tunog ng aking utot. Sunod-sunod ang bagsak ng tae hanggang ang mga huli'y buo-buo na. Pakiramdam ko, parang walang sumasala sa inilalabas ko. Ganoon karahas ang sinapit ko kagabi.

Nang makadama ng ginhawa, bumalik ang sakit ng buo kong katawan. Iginala ko ang paningin, sinipat ang bintana, masinsin na rehas ang harang. Natatawa ako sa sarili ko. Hindi nga pala ito pelikula. Sa pelikula kasi, madalas na bintana ang ginagawang daanan ng mga pumupuga. Kaso nga'y wala ako sa pelikula.

Blag! Blag! Blag!

"Hoy, loko! Bilisan mo d'yan!" sigaw ng nasa labas.

Tumabo ako ng panghugas, nahagip ng paningin ko ang maliit na container ng muriatic sa gawing gilid—sa aking kanan. Natigilan ako. Hindi ko alam kung ano ang dapat kong maramdaman. Kung dapat bang dilim at kaba ang bumalot sa 'kin, di ko sigurado. Ang totoo kasi, para akong sinabuyan ng liwanag. Bigla akong nalunod sa mga alaala. Si Buldan, si Che, at ang walang paglagyang ako—kung bakit ba ako napadpad sa ganito ka-miserableng sitwasyon. Si Elmer, putangina niya. Hanggang sa mga sandaling ito, hindi ko pa rin mahulaan kung ano'ng pakay niya sa 'kin.

Sige ang buhos ko, namumuwalan na ang inodoro. Marahas ang mga nililikhang tunog ng tagpi-tagping gunita sa likod ng bungo ko. Para akong inaanod ng bahang malabo't nagmamantika. Nangangapal ang batok ko. Ubos na ang laman ng balde, itinodo ko ang gripo. Dinampot ko ang container ng muriatic.

Blag! Blag! Blag!

"Ang tagal mo! Tatadyakan ko 'tong pinto!"

Asido. Marahil sa ganitong paraan na lang talaga ako makapupuga.

27

ANG SABI, PARA masukat mo kung gaano kabobo ang isang pulis, huwag mong bilangin kung gaano na karaming katarantaduhan ang nagawa nito o kung gaano na kabigat ang atraso nito sa sinumpaan niyang tungkulin. Sa halip, tukuyin mo kung gaano ito kadalas nagtanggol sa masa. Ibig sabihin, bobo kang pulis kung lumilihis ka sa dakilang layunin ng kapulisan na susuhin ang higanteng burat ng gobyernong pahirap at maging instrumento sa pananarantado nito sa bayan.

Sa kaso ng Task Force Pebrero, masasabing may pagkamahina si PO2 Castor. Kapag ang tao tumatanda, nagbabago rin ang mga katotohanang kinakapitan, tulad ng *"Matalino ang nagtatanong."* Di lingid sa kaalaman ng buong unit ang mga circus sa likod ng binuong task force. Pero palibhasa'y galing sa iba't ibang pangkat ng pulis Metro Manila, lahat kapwa nagpapakiramdaman. Walang nagkakamaling mang-usisa; trabaho lang, wala munang personalan. Lahat mahal ang benepisyo't pakinabang ng pagiging pulis kaya walang gustong manguwestiyon, bukod kay PO2 Castor.

Sa kaniyang imbestigasyon, lumalabas na maanomalya ang sinasabing identical na kaso ng pagpatay. Isang round-table assessment ng task force, nagpasya siyang ibahagi ang kaniyang mga pagsusuri. Humingi siya ng permiso sa presiding officer na si SPO3 Malonzo—isa sa mga ulo ng unit.

"Sir!" taas niya ng kamay. Lingunan ang mga kasama sa kaniya.

Unang beses na may nagtaas ng kamay sa round-table. Ang titig ng kaniyang mga kasama'y wari nagsasabing *"Huwag mo nang ituloy ang binabalak mo, malilintikan ka lang."* Gumuguhit ang pag-aalala sa mukha ng mga ito.

"O, Castor. May problema?" tanong ni SPO3 Malonzo.

"Permission to discuss my findings, sir," deretso nitong sagot.

Bigla ang pagkagusot ng mukha ni SPO3 Malonzo habang ang mga kasama'y halos malaglag na sa upuan dahil sa nerbiyos. Matagal bago ito nakasagot at nagbigay ng permiso.

"Okay. Five minutes."

"Thank you, sir!"

Pumunta sa harapan si PO2 Castor bitbit ang isang brown envelope. Inilabas niya ang mga lamang papel at ipinamigay sa mga kasama.

"Iyang hawak n'yong papel ay kopya ng aking separate findings sa kasong ito ng bading serial killer," anas ni PO2 Castor.

Taas ang kilay ni SPO3 Malonzo. "Go straight, Castor," matigas na sabi nito.

"Merong conflict sa mga reports. May problema tayo sa ating pahayag—na serye ito ng pagpaslang at isang serial killer ang may gawa."

"So you're saying that there's an irregularity with our prior investigation?" pakli ni SPO3 Malonzo.

"I'm sorry to say, sir. But, yes. Definitely."

"Okay. Four minutes." Nandirilat ang mata ni SPO3 Malonzo.

"Una, may problema tayo sa profile pa lang. Ang una nating biktima'y 35 anyos—isang call boy. Habang ang ikalawa'y 22 anyos at isang college student na nag-aaral sa isang sikat at mamahaling unibersidad sa U-belt."

"And so?" hirit na naman ni SPO3 Malonzo.

"Their profile has a lot to say with the perpetrator's target and motive," mabilis na balik ni PO2 Castor. "Sa unang kaso, ayon sa report, walang nawalang gamit o anumang halaga sa biktima. Kung hindi ito pagnanakaw, maaari nating ipagpalagay na act of revenge ito."

"Right. Actually. Revenge. Sa mga naunang imbestigasyon, idinismiss nating maaaring may galit sa mga bading ang serial killer na ito. Maaaring napagsamantalahan siya ng isang bading noong bata siya. Mula noon, nagtanim ito ng galit sa mga bading at ngayon naghihiganti. Parehong bading ang biktima, pareho ang pamamaraan ng pagkakapaslang sa dalawa sa pagitan lamang ng isang linggo. Walang labis, walang kulang," paliwanag ni SPO3 Malonzo.

"And that doesn't justify that we have the same perpetrator, sir."

"Rea—lly?" ismid nito.

"Second case, napag-alamang nawawalan ng ilang mahahalagang gamit tulad ng iPad, iPhone 5, isang modelong earphone, at halagang bente-singko mil na dapat pangmatrikula ang biktima. Ang mga magulang pa ng biktima ang nagkumpirma sa mga nasabing nawawalang gamit. Pero ayon sa ating report, isang cell phone lang ang nawawala at halagang isanlibong baon nito. Ngunit gayunpaman, babagsak at babagsak pa rin sa pagnanakaw ang motibo sa ikalawa."

"And then?"

"Different targets and motives, sir."

"What?!"

"Doesn't make a serial killer and won't justify that these two cases have the same perpetrator."

"Parehong bakla ang biktima, pareho ng porma ng pagpatay. Tadtad ng saksak, isinubo ang putol na ari sa bibig ng biktima, sinuotan ng brip sa mukha. What do you call that, Castor?"

"Plot," matipid na sagot ni PO2.

"Wow…" ismid ni SPO3 Malonzo.

"Another important thing. Sa aking imbestigasyon, may espesyal na relasyon ang unang biktima at suspek."

"Ha-ha-ha! Wow. Ikaw, Castor, dinala ka sa talahiban para patayin, may espesyal kayong relasyon ng papatay sa 'yo? Sinong gago ang sasama sa isang siraulong impakto para lang magpakatay sa gano'ng lugar?"

"Exactly. Taliwas sa report. Hindi pinuwersa ang biktima papunta sa talahiban sa Hagonoy."

"I can't understand you."

"Hindi sasama ang biktima sa suspek sa ganoong klaseng lugar kung walang pinagsamahan ang mga ito."

"At pa'no mo patutunayang hindi pinuwersa ang biktima at sumama ito nang kusa? Para patayin. Huh?"

"Sir," iniabot ni PO2 Castor kay SPO3 Malonzo ang isa pang papel, "ayon sa lab results, galing sa biktima ang semilyang natagpuan sa talahiban."

Sinipat-sipat ni SPO3 Malonzo ang mga dokumento tulad ng pagsipat sa isang perang papel kung ito ba'y totoo o peke.

"And I pressume, hindi ka naman lalabasan ng tamod kung alam mong nasa bingit ka na ng kamatayan. Ang maihi o matae, puwede pa," dagdag ni PO2 Castor.

Impit ang tawa ng mga kasamahan niya. Lalong nagusot ang mukha ni SPO3 Malonzo.

"With that, masasabi nating nagkasundo ang dalawa na gumawa ng milagro sa talahiban ng Hagonoy. At matapos ang climax ng biktima, doon siya tinapos ng perpetrator. Patutunayan 'yon ng patterns ng mga nagkalat na dugo at semilya sa crime scene…"

Tikom ang bibig ni SPO3 at sa likod nito'y ang mga bagang na nagsasalpukan.

"… ibang-iba sa pamamaraan na ginamit sa ikalawang biktima." Dumukot ng mga larawan si PO2 Castor sa envelope at ipinakita sa lahat. "Ito ang malapitang larawan ng mga sugat ng biktima. Ayon sa medical findings, iginapos ito, binugbog, at saka pinatay."

Tutok na tutok ang mga kasama, matamang nakikinig sa kaniya. Pansin iyon ni SPO3 Malonzo, bagay na lalong ipinag-init ng ulo niya.

"Magkaibang-magkaiba ang dalawang kaso. Kaya hindi magiging sapat na basehan na parehong bading at pareho ang porma ng pagkakapaslang ang mga ito para sabihing kaso ito ng isang serial killer. Dahil magkaroon man tayo ng sandosenang kaso ng bading na pinaslang, pinutulan saka binusalan ng sariling ari, at binripan sa ulo, hinding-hindi ito babagsak na kaso ng isang serial killer hangga't hindi nagiging klaro ang pinakamahahalagang paktor. Ang *target, motive,* at *method of killing*."

"You mean to say, walang serial killer? That this task force should be immediately dissolved because it was a total joke?" anas ni SPO3 Malonzo na pulang-pula na sa galaiti.

"Truth is, we have different perpetrators for these two entirely different cases. One's individually done while the other, undoubtedly, is a group work. May umangkas sa naunang kaso, sir. Ginaya ng kung sinong grupo ang naunang kaso, ang oryentasyon ng biktima, at porma ng pagpaslang dito. Pero ang daming sablay kung gusto nga nilang palabasin na kagagawan iyon ng isang serial killer… so yeah, there's definitely no serial killer around, just opportunists taking advantage of the issue," may pagdiriin sa mga huling pangungusap na sambit ni PO2 Castor.

"We're done, Castor. You already exceeded five minutes. Don't worry, heads of the unit will consider your Sherlock Holmes-esque conclusions," parungit ni SPO3 Malonzo.

"Thank you, sir."

Nagligpit na ng mga materyales si PO2 Castor. Mababakas sa mukha't pinipigil na palakpak ang paghanga ng mga kasama sa kaniya. Ngunit sa kabilang banda'y masama ang hinuha nila sa maaaring sumunod na mangyari sa kasama.

"At sa'n mo nakuha 'yang mga lab at medical mo, ha? Authorized 'yan ng unit?" pahabol na tanong ni SPO3 Malonzo.

"I already exceeded five minutes, sir. Thank you."

TATLONG ARAW LANG ang lumipas, natagpuan ang bangkay ni PO2 Castor sa isang madilim na kalye sa Pasay—tadtad ng saksak, putol ang ari at nakabusal sa bunganga, nakasuot ang duguang brip sa ulo—walang iniwan sa porma ng pagpaslang ng sinasabing bading serial killer.

Kumalat sa sangkapulisan ang nangyari. Ang awa ng iba'y may kasamang panghuhusga sa kasarian ng PO2 dahil sa pagkakaalam nila'y bakla lang ang binibiktima ng serial killer. Ang maybahay naman nitong anim na buwang buntis ay labis na naghihinagpis sa pagkakapaslang ng asawa at sa kaakibat nitong isyu. Ni minsan kasi hindi niya pinag-isipang alanganin ang pagkalalaki nito. Nanatili namang tahimik ang mga miyembro ng task force, tuloy sa operasyon. Si SPO3 Malonzo naman at iba pang head ng unit ay patuloy ang pagtatampisaw sa special funds mula sa gobyerno na silbing langis sa patuloy na pagtatrabaho para madakip ang sinasabing bading serial killer.

28

WALANG IBANG PAGTAPUNAN ng sisi si Butsok sa nangyari sa kaniyang kapatid kundi ang sarili. Sa isip niya, labindalawang tawag ang pinalampas niya noong araw na ’yon—katumbas ng labindalawang beses na paghingi nito ng saklolo sa kaniya, kapalit ng liyab ng kaniyang kaluluwang di pa rin naapula buhat no’ng siya ay musmos pa.

Siyam na taong gulang lamang siya noon, may isip na pero hindi pa husto para sa isang nakagigimbal na pangyayaring hanggang pagtanda niya ay halos maging sentro ng kaniyang pagkatao. Langis, na madalas ipatakbo ng kaniyang ama sa kahit na kanino sa kanila sa bahay, ay panlinis ng baril sa pagkakaunawa niya no’ng una. Pero isang hapon, pag-uwi niya galing eskuwela, nagbago ang lahat. Nagbago ang pananaw niya sa gamit ng langis. Nag-iba ang perspektiba niya nang hubuan siya ng pang-ibaba ng ama at pahiran ng langis sa butas ng pwet habang paulit-ulit niyang itinatanong dito na “*’Tay, bakit po?*” nang buong pangamba.

Isinalya siya patuwad sa suruting aparador. No’ng sandali ring iyon, binago ng paulit-ulit na pagbayo ng kaniyang ama ang konsepto ng pagiging isang masunuring anak. Hindi siya nanlaban. Hila-hila ng kaniyang ama ang maiksi niyang buhok. Ang hapding hatid ng pagkapilas ng kaniyang laman ay naghahatid ng kung anong alingawngaw sa kaniyang pandinig.

Marahas. Dama niya ang mainit na likidong umaagos sa magkabila niyang binti. Nangingibabaw ang atungal ng kaniyang ama—atungal ng isang halimaw na hayok. Pabilis nang pabilis, padiin nang padiin, palakas nang palakas ang hampas ng balakang ng kaniyang ama sa likuran niya. Hanggang sa madama niyang tila nakargahan ang kaniyang loob. Naghunos-dili ang kaniyang ama. Magkahalong dugo, tae, at semilya ang ibinuga ng maluwang na butas ng kaniyang pwet; ni hindi siya umiri.

Isang araw, paghawi ng kaniyang ina ng kurtinang tabing sa kuwarto, naaktuhan nito ang ginagawa ng asawa sa anak na lalaki. Imbes na tumiklop sa hiya, nakuha pa siya nitong gulpihin at pagbantaan. Hanggang sa dumating din ang panahong siya na ang pirming pinagbibilinang bumili ng langis. Langis, na alam niyang gagamitin sa kanilang anak na lalaki at di sa kalawang ng baril. Minsan sinasadya niyang hindi bumili at iwanang said ang botelya. Pero kapalit n'on ay ang mahahabang gabi ng pasa at bukol.

Lumipas ang maraming taon, ang kurtina'y nanatiling di-mahawi. Si Myla, nagdadalaga na nang matuklasan ang ginagawa ng ama, pero paniwala ng lahat, wala itong alam.

Nagbinata si Butsok, nanatili itong walang pagtutol sa ginagawa ng ama. Kung minsan, natatagpuan pa nga niya ang sarili na nag-aabang sa pagdating nito sa loob ng kuwarto. Paulit-ulit mang itanggi sa sarili, naging mapaghanap ang dikta ng katawang sinanay at ikinondisyon ng maraming beses sa karahasan. Gutom sa kandili ng dahas si Butsok. Para sa kaniya, binago ng paglipas ng panahon ang depinisyon ng pagmamahal ng isang anak sa kaniyang ama. Minahal niya ang gawing iyon ng kaniyang ama. Minahal niya higit kanino man.

Pakiramdam ni Butsok, lumilipad at naglalagalag siya sa ibang dimensiyon sa tuwing ginagawa iyon ng kaniyang ama sa kaniya. Kaya naman isang pagkakataong lutang na lutang siya sa ginagawa ng ama, hindi niya namalayang nakalabindalawang tawag na pala ang kaniyang kapatid. Batid niya, magpapasundo ito sa kaniya. Hinintay niyang muli ang pag-ugong ng telepono. Hanggang sa magdilim, hindi na muling tumawag ang kaniyang kapatid. Hanggang sa umugong na naman ang utog ng kaniyang ama. At sa ikalawang beses, tumanggap siya ng maraming sargo. Nag-aagaw ang damdamin niya sa mga sandaling iyon. Nag-aalala siya ngunit ano'ng magagawa ng katawan niya't isipang alipin ng lubos na kaligayahan? Kasabay ng unti-unting pagkatuyo ng kaniyang lagusan ang biglang pagdating ng hahangos-hangos niyang ina, tinatawag ang kaniyang ama. Hinugot ng kaniyang ama ang nagdurugtong sa kanilang dalawa, nagsalawal, kinuha ang said na botelya. Wari niya, may nais sabihin ang ina ngunit nauna na itong dagukan ng ama't pinalayas para bumili ng langis. Bumalik ang kaniyang ama sa kuwarto, at bumalik sila sa kaninang posisyon. Dura ang ipinanghalili ng kaniyang ama habang naghihintay sa langis.

IV

ANG KATOTOHANANG SUMASAGKA SA ATING LAHAT

29

ISANG MAALINSANGAN AT mausok na gabi sa Red Butterfly, habang namamastol ng mga dalagang entertainer at nanunuyo ng mga hayok na asong kalye't dagang kanal na parokyano, napagmuni-munihan niya ang isang bagay na matagal nang bumabagabag sa kaniya.

Pula, lila, asul, berde, pilak. Dilim.

Sa walang-humpay na pagdapo ng makukulay na ilaw sa kaniyang balat, napagtatantuan niyang higit siya sa isang martir at pusang may siyam na buhay. Sapagkat paulit-ulit na siyang pinatay ni Elmer—ang kaniyang pagkatao, ang kaniyang pagkababae, ang kaniyang kaluluwa. Ngunit paulit-ulit din siyang nabubuhay... para lamang pataying muli. Ang mga galos at pasang tanda ng kaniyang walang-katapusang pagtitiis ay paulit-ulit na tila sinisiyasat ng patay-sinding ilaw ng club.

At magdedesisyon siyang tama na. Tama na ang kagagahang pumatay sa kaniya ng ilang taon; ang takot na pumapatay sa kaniya hanggang ngayon. Tama na. Mananaog siya patungong dressing room, magbibihis, mag-aayos ng sarili, magpapaalam na sa impiyernong matagal-tagal din niyang itinuring na langit. Bitbit ang isang gym bag na ipinagkatiwala sa kaniya ni Elmer, stash ng perang naipon niya, at mga dating planong nilumot na, lilisanin niya ang Red Butterfly. Lilinisin niya ang nanggigitatang kinabukasan.

Pababa nang pababa ang ingay, hanggang sa tanging kalabog na lang ng kaniyang dibdib ang naririnig niya. Gawing likod ng club siya dumaan, iniiwasan ang bawat tama ng liwanag. Sandamukal na dasal ang iniuusal niya habang mabilis na lumalakad papalayo. Wala siyang ibang dalangin kundi ang malinis na pag-alis, na nawa'y hindi siya matunton ni Elmer, kahit pa alam niyang imposible 'yon. Pero hindi naman maaaring habambuhay na nakatali ang mga paa niya sa isang malaking bato sa gitna ng rumaragasang ilog, sa isip niya. Ang pagkukulang niya sa sarili ay ang lakas ng loob na sumubok. At ngayong sumusubok siya, batid niyang batbat ng dahas ang tatahakin niyang landas.

Sa mga sandali ng kaniyang pagkalas sa huwad na kaligtasan, wala siyang ibang nababanaag kundi ang kaniyang anak at ang naghuhulagpos na damdaming makaalpas sa kumunoy na nilikha ni Elmer. Naro'n na siya, sumusubok iahon ang malay. Makalalaya siya, pilit niyang isinusuksok sa kaniyang bungo. Sige sa pag-uunahan ang kaniyang mga paang mahabang panahon ding inalipin sa ngalay ng stiletto.

Pula, lila, asul, berde, pilak. Dilim.

Patuloy niyang binabaybay ang mga daanang pakiwari niya'y lagi't laging sinusundan ng tingin ni Elmer—laging may nakaambang panganib. Alanganing lakad, alanganing takbo ang ginawa niya. Walang humahabol, pero hindi ibig sabihing hindi na siya mababahala, hindi na siya maliligalig. Lagi't lagi, pakiramdam niya'y may hiningang dumadampi sa kaniyang batok na nagpapakilabot sa kaniya. Gano'n na lamang ang takot niya sa demonyong pinagbentahan niya ng kaluluwa.

Maliit na ang imahe ng club, napalitan na ng mga huni ng kuliglig ang ingay ng paligid. Wala na ang iba't ibang kulay at tanging buwan na lamang ang nagdudulot ng liwanag sa mga daraanan. Nakadistansiya na siya nang mainam. Magugulat siya, mabibigla sa isang lalaking biglang aakbay; lalaking iniluwal ng dilim, nakasombrerong itim, kupas na pantalon, T-shirt na puti. Sinino niya ito. Nag-aagaw ang nerbiyos at pag-asa sa kaniyang dibdib.

"Dong?" paniniguro ni Che.

Pula, ang dugong umagos mula sa kaniyang dibdib na tinarakan ng kalawanging patalim.

Lila, ang mga markang dulot ng malalakas na bayo't hampas ng dos por dos.

Asul, ang mga namuong dugo sa kaniyang braso, hita, at dibdib.

Berde, ang talahibang kumupkop sa kaniyang labi.

Pilak, ang kuwintas na pinitas sa kaniyang leeg.

Dilim, ang nagkubli sa lahat ng nangyari.

30

ITINAPON SIYANG PARANG patay na hayop sa isang tambakan ng basura sa Rosario, Pasig; walang saplot kundi mga pasa't galos. Isang aleng namamasura ang nakakita sa kaniya. Nagmalasakit ito't dinala siya sa pinakamalapit na ospital. Nang magkamalay, una niyang napuna ang tila namamanhid niyang mga binti. Walang pasubaling ibinalita sa kaniya ng doktor na hindi na siya makalalakad.

Bumalik sa kaniya ang mga pangyayaring di niya lubos maisip na sasapitin niya. Suki niya ang Hapon na si Atsuo. Mabuti ang turing sa kaniya nito. Nirerespeto nito ang paghahanapbuhay niya. Ibig sabihin, nagbabayad ito nang maayos—minsa'y labis, hindi pa nagkukulang. Pero itong huli, ang inaakala niyang isang kaswal na engkuwentro'y nauwi sa isang di-pangkaraniwang tagpo.

Pagtapos niyang mag-shower, inabutan niyang kapwa nakahubad si Atsuo at ang ipinakilala nitong driver na si Renato, nag-aabang sa kaniya. Laglag ang panga niya sa nakita.

"Atsuo?" panghihingi niya ng sagot sa Hapon.

"Wer jaz gana hab pan, my Starrr!" masigla nitong sagot. Pagkadaka'y hinablot ni Atsuo ang ulo ni Renato at inginudngod sa kaniyang ari, siya namang subo ni Renato.

Lalong kinilabutan si Myla. Bumalikwas siya ng balik sa banyo para magbihis. Pagbukas niya muli ng pinto, sinalubong siya ng bigwas sa sikmura. Nawalan siya ng malay.

Paggising niya, nakagapos na ang mga kamay niya sa bed throne. Nilalapa ni Renato ang kaniya habang nasa likuran nito si Atsuo, umaayuda, bumabayo. Labis na pandidiri ang nagpatayo sa kaniyang mga balahibo.

"Putangina n'yo! Mga baboy!" sigaw ni Myla. Ungol lamang ang sagot ng mag-amo.

Umahon si Renato para bigyang-daan si Atsuo. Puwersahang ibinuka ni Renato ang mga hita ni Myla saka dumagan sa pagitan si Atsuo para isaksak sa pagkababae ni Myla ang ari nitong kanina'y nakababad sa tumbong ni Renato. Walang lakas na nagpumiglas si Myla—puro sigaw, mura, pagmamakaawa. Salitan ang mag-amo. Hanggang sa pumula ang puting kubrekama. Nang magkasya ang dalawa kababayo kay Myla, nagsalsalan ng burat ang mga ito, nakatutok sa mukha niya. Kaliwa't kanang pusitsit ng tamod ang humilam at lumunod sa kaniya. Nagbangon si Renato, tumungo sa aparador, may kinuha. Nagsigarilyo naman si Atsuo. Walang-humpay sa pagluha si Myla.

"Putangina n'yo—oohhh!" hihikbi-hikbing anas ni Myla.

"Yu sharaaaap!" Sabay sampal ni Atsuo sa kaniya.

Pagbalik ni Renato, bitbit na nito ang isang stainless baseball bat. Nanlaki ang mga mata ni Myla. Iniabot ni Renato sa amo ang bat, hinimas-himas ito ng huli.

"Say herro tu metal cock, Starr!"

"No, Atsuo! Please! Let me go! Putangina n'yo!"

Pinagapang ni Atsuo ang malamig na bat sa binti ni Myla, hanggang sa makarating ito sa pagitan ng kaniyang mga hita. Dama niya ang lamig na tumatagos sa kaniyang bugbog-saradong laman. Nagsimula siyang manginig.

"Ahhhh! Atsuo, please!" Naramdaman niyang dumunggol nang malakas sa hiyas niya ang ulo ng baseball bat. Ibayong hapdi ang nadama niya.

"Yo layrk tis, huh?" pang-uuyam ni Atsuo sa kaniya. Dinuraan niya ito sa mukha. "Kutabare!"

Biglang pinaghahampas ni Atsuo ang kaniyang mga binti, walang-tigil, galit na galit.

"Ahh! Augh! Ahh! Putangina mooooo!"

Sinapalan ni Renato ng binilot na medyas ang bunganga ni Myla kaya ni ang maghumiyaw, di na niya magawa. Muli, sa sobrang bugbog na tinamo, sa sobrang sakit na tinanggap, nawalan siya ng malay.

HINDI MAKAPANIWALA ANG kaniyang pamilya sa sinapit niya. Buong akala kasi ng mga ito, namamasukan si Myla bilang isang helper sa parlor. Di nila sukat akalain, sa imbestigasyon ng mga pulis, na isa itong bayarang babae. Sinubukan nilang kausapin si Myla, hindi ito nagsasalita. Hindi ito umuusal ng kahit na anong salita hanggang lumabas ng ospital. Masigasig namang inilakad ni Aling Rosa ang kaso, sa pag-asang may hustisyang naghihintay para sa kaniyang anak, sa sinapit nito. Pero bukod sa impormasyon kung saang club ito namamasukan, wala na silang ibang napala kundi ang maghintay at maghintay na malagas ang mga araw, linggo, buwan sa kalendaryo.

Sumubok na makipag-ugnayan si Butsok sa pinagtrabahuhang club ng kapatid pero walang gustong magsalita. Katwiran sa kanila ng namamahala, hindi na nila sagot ang mga babae nila kapag itineyk-out ito ng kostumer, at pumayag naman na pa-take-out. Nagpaabot ng kaunting tulong pinansyal ang mga kasamahan ni Myla, siya namang tanggi ni Butsok. Hindi siya kontento. Hindi siya kumbinsidong walang alam ang mga ito. Buhat noon, pinanay-panay niya ang lihim na pagpunta sa club na iyon, pamasid-masid, paabang-abang. Hanggang isang beses, napansin niyang patambay-tambay rin ang kaibigang si Dodong sa lugar na iyon. Batid niya, maaaring regular na kostumer ito ng club. Pero minabuti niyang huwag itong batiin, bagkus ay nagpatuloy siya sa pagmamasid. Hanggang sa nasundan ang mga gabing namamataan niyang naroon ang kaibigan, na sa palagay niya, tulad rin niyang tila timawang palaging nakatanghod sa club, nag-aabang. Hindi niya lang alam kung gano'n din ang kaibigan sa kaniya—kung nakikita ba siya nito at nakikiramdam lang din.

Sa matagal na pag-istambay sa lugar na iyon, sa pakikipagkaibigan sa mga taong labas-masok doon, natutuhan niyang ang tinatawag na Cherry Blossoms, ang babaeng sinasabing namamahala sa mga babae ng Red Butterly, ay ang direktang source ng take-home o take-out. Ito raw ang nagbebenta sa mga babae nila sa halagang mas malaki kaysa natatanggap ng mismong tineyk-out. Ito rin daw ang nagbenta sa isang dalagang natagpuan isang gabi na parang hayop na itinapon sa isang tambakan ng basura sa Rosario, Pasig.

Pinag-aralan niya ang bawat galaw ng babaeng iyon. Natuklasan niyang hawak ito ng mga pulis na madalas sumusundo sa kaniya. Inaasahan niya na iyon. Pero isang bagay ang hindi niya inaasahan, isang bagay na babago sa takbo ng mga bagay-bagay. Dahil isang gabi ng kaniyang pag-aabang at wala ang mga pulis na sumusundo sa tinatawag na Cherry Blossoms, isang pamilyar na mukha, ang sa palagay niya'y pailalim na sumundo rito. Isang pamilyar na mukhang may bitukang looban din tulad niya. Si Dodong.

31

NANG MABALITAAN NI Butsok ang nangyari kay Dodong, agad nitong pinuntahan si Buldan sa dampang tinutuluyan. Pero saktong paalis na ito nang datnan niya.

"'Tol, balita kay Dodong?" salubong niya kay Buldan.

"Kalaboso, e. Dadalaw pa lang ako ngayon."

"Ganun ba? Ikumusta mo 'ko sa kaniya, 'tol."

"Di ka ba sasama?"

"Sumaglit lang ako dito para makibalita. May iniutos kasi si Erpat."

"E, wala pa 'kong maibabalita. Ngayon pa lang ako sasagap, Tsok."

"Anong oras ka makakabalik?"

"Alas-diyes pasado na, e," silip ni Buldan sa cell phone niya. "Baka abutin na 'ko ng hatinggabi, Tsok."

"O, sige. Dadaan ako ulit dito mamaya para makibalita, ah."

"Sige, sige. O, siya, sibat na muna 'ko. 'Kita na lang mamaya."

"Ingat ka, 'tol. Pakumusta kay Dodong."

Nagkalas ng daan ang dalawa. Pumanaog si Butsok patungo sa isang malapit na convenience store ilang kanto mula sa labasan, bumili ng kutkutin, tumambay, nagpalipas ng oras. Pasipat-sipat siya sa orasan. Nang wala nang kinakain, dumampot muli siya ng sitsirya, namapak nang namapak habang pamasid-masid sa labas. Sa sobrang lamig ng convenience store, lumabas muna siya para magyosi at mag-unat-unat. Napansin niya ang isang kulay puting van na nag-park ilang bloke sa bunganga ng looban. Kinutuban siya. May dalawang mamang nakasibilyan na iniluwa nito, deretso pasok sa looban. Nag-abang siya ng mga susunod na mangyayari. Basa ang kaniyang mga palad, namamawis nang malamig ang buong katawan.

Ilang saglit lang, lumabas na ulit ang dalawa. Ang isa, may tila kausap sa malaking teleponong dala. Bumalik ang mga ito sa van, sumibat. Lumakad siya papuntang bukana ng looban, inusisa ang mga tambay na napagtanungan ng dalawang mama.

"Hanap kung sa'n ang bahay ni Dodong," anang matandang inabala niya sa paglalaro ng chess.

"Itinuro n'yo po ba?" tanong ni Butsok.

"Alangan. E, kung kami pag-initan?" pakli ng kalaro ng matanda. "Mga parak 'yon, bata. Mahirap na," hirit pa nito.

Napabuntonghininga na lang si Butsok. Nagsindi siyang muli ng sigarilyo't nagpalipas ng oras sa labasan. Maya-maya pa, dumating na si Buldan. Nagmamadali, balisa.

"O, 'tol. 'Musta raw?" bati ni Butsok.

"E, may pinaaayos si Dodong sa 'kin," ligalig na tugon ni Buldan.

Inakbayan niya ito saka binulungan. "May mga pulis na galing dito kanina, 'tol."

Natigilan si Buldan. Nag-usap silang dalawa sa mga tinginang balot ng pangamba. Nagtuloy sila ng lakad, nagmamadali. Binaybay nila ang looban hanggang makarating sa dampa. Pagpasok, agad sinuri ni Buldan ang pagkakaayos at pagkakagulo ng mga gamit, ng mga kalat, at ng kung ano-anong abubot na nakasabog sa mala-posporo nilang lungga. Mga ilang beses niyang inulit ang pagsisiyasat. Hanggang sa matauhan siyang tila wala namang nagalaw o nabago sa gulo ng kanilang dampa.

"Tingin mo ba, dito talaga dumeretso 'yung mga parak?" usisa ni Buldan.

"E, sabi nung mga tambay dun sa labas, e."

"Walang nagbago dito, e. Magulo pa rin ang bahay. Tandang-tanda ko ang pagkakagulo nito."

"O, e ba't kaya ipinagtatanong kung sa'n 'tong dampa n'yo?"

"Di ko alam sa mga putanginan' 'yun," kakamot-kamot na sabi ni Buldan. "Ay, puta! 'Yung inuutos ni Dodong!" bigla niyang naalala.

"Bakit? Ano ba 'yun?"

"Teka! Teka!"

Natatarantang gumawi si Buldan sa suruting aparador, tinitigan ang poster ni Glydel Mercado. Nakahinga siya. Tinanggal niya ang poster. Sa likod nito'y mga karton ng Zest-O na nakatapal. Tinanggal niya iyon. Namalas nilang dalawa ang tila isang katamtamang butas na pinamamahayan ng nagkumpol na mga kubang ipis.

"Tangina, ano 'yan?" gulat ni Butsok.

"Sabi ni Dodong, may lata raw dito. Bilog."

Walang pag-aalinlangang ipinasok ni Buldan ang kaniyang kamay sa butas, dama niya ang gaspang ng balat ng mga nagkagulong ipis. Nakapa niya ang isang lata, kinuha ito, itinutok sa tenga at inalog-alog.

"Ano 'yan, 'tol?" usisa ni Butsok.

"E, narito daw 'yung mga puwedeng gawing ebidensiya laban sa kaniya, e."

Umupo silang dalawa sa papag, binuksan ang lata. Naroon ang ilang ga-hinliliit na tirang bato na nakasilid sa makunat nang sachet, pera, at ilang larawang nakapailalim. Kinuha ni Buldan ang mga larawan, inisa-isa.

"Sino 'yan, 'tol?" tanong ni Butsok.

"Heto 'yung pinatay, e. Binibintang daw sa kaniya."

"Ganun ba?"

"Maganda, ano? Syota niya."

"Oo, maganda nga," pagsang-ayon ni Butsok.

Habang patuloy sa pagsipat sa mga larawan si Buldan, dumukot si Butsok sa kaniyang tagiliran. Mabilis ang tibok ng kaniyang dibdib. Nang makahugot ng buwelo at lakas ng loob, inundayan niya ito ng saksak sa leeg. Kumisay si Buldan. Nagkalat ang mga larawan sa sahig.

"Tsowkkk, ba—ba—b-ba—ket?" Sapo-sapo ni Buldan ang butas niyang leeg.

"'Tol, pasensiya na," tugon niya.

Sinundan ni Butsok ang saksak na iyon—sa dibdib, sa sikmura. Bumulwak ang dugo mula sa bibig ni Buldan, nangingisay itong tumimbuwang. Hinubo ni Butsok ang pang-ibaba nito at saka tinagpas ang ari. Sirit ang dugo hanggang kisame. Dinukot niya sa bulsa ang botelya ng silver cleaner, inilaklak kay Buldan. Ilang sandali pa'y bumubula na ang bibig nito. Nang masigurong hindi na ito humihinga, dumukot muli si Butsok sa likurang bulsa ng kaniyang maong—kuwintas na silver na may pendant na puso. Inilagay niya ang kuwintas sa uluhan ng bangkay ni Buldan katabi ng nakataob na botelya ng silver cleaner, dagli siyang sumibat ng dampa.

32

BLAG! BLAGAG! BLAGGG!

Halos magiba na ang pinto ng banyo. Hindi sumasagot si Dodong, nakikiramdam ang mga nasa labas. Gayunpaman, alam nilang wala itong lulusutan dahil masinsin ang mga rehas na bakal sa bintana ng banyo. Kaya nakasisigurado silang wala itong pagkakataong tumakas.

"Puta. Pagsasasampalin ko mukha mo paglabas mo!" bulyaw ng eskort ni Dodong habang panay ang kalabog sa pinto. Walang responde si Dodong.

"Ano gagawin natin dito?" tanong nito sa kasama niya.

"Sisirain mo 'yan, e di ikinaltas 'yan sa 'yo? Wala ka na ngang sinasahod. Saka pa'no pag tayo naman gagamit? Mag-isip ka nga!" ismid ng isa.

"Labo mo naman. Wala akong sinabing sirain 'tong pinto. Tinatanong ko lang ano'ng gagawin. Labo mo!" katwiran nito.

"Katukin mo pa nang isa. Pag di pa sumagot ulit, distrungkahin natin 'yang kandado, pero 'wag mong sisirain 'yang pinto."

"O, sigi, sigi," yamot nitong pagsang-ayon.

Blag! Blag! Blag! Blag!

"Putangina mo! Pag di ka pa lumabas d'yan, pagbababarilin ko 'tong pinto, gago!"

Blag! Blag!

"Talagang di lalabas 'yan. Tinatakot mo, e."

"Putang..."

Nguminig pabalik ang pinto matapos ang marami-rami ding bayo, bumukas. Iniluwa nito ang pawisang si Dodong, hapit-hapit pa rin ang tiyan, nakayuko, tila hirap na hirap sa iniinda.

"Putang ina m—"

"Tama na," awat ng isa.

"Tsip, pasensiya na. Sobrang sakit lang talaga ng tiyan ko," dispensa ni Dodong.

"O, sige na. Pabalik na 'yun si Elmer, handa mo na 'yung sasakyan."

"Sige. Bantayan mo 'yang pukinginang 'yan."

"Pumirme ka muna d'yan, bata."

Lumabas ang kanina pang bulyaw nang bulyaw para ihanda ang sasakyan. Umupo si Dodong sa mahabang upuan, napatayo siyang bigla nang may madamang nakausling bagay na matigas sa inuupuan—water gun na kaninang ipinambabasa sa kaniya ng anak ni Elmer. Iniusog niya ito nang bahagya. Umupo siyang halukipkip ang sikmura. Napuna iyon ng naiwang magbantay sa kaniya.

"Bata, kung nadudumi ka pa, dumumi ka na. Kesa sa sasakyan ka abutin."

"Puwede ho ba, Tsip?" paniniguro ni Dodong.

"Oo, bilisan mo lang. Saka sumagot ka pag kinakatok ka nung partner ko para walang gulo," bilin nito.

"Salamat po."

"Bilis."

Simplehan niyang hinablot ang katabing water gun at nagmamadaling bumalik ng banyo. Maya-maya pa, dumating si Elmer at ang anak nito.

"Oh? Nasa'n si Dodong?"

"Boss, and'yan sa banyo, umeebak. Si Diaz, hinanda na 'yung sasakyan."

"O, 'ka mo bilisan. Idadaan ko 'tong bata sa lola niya bago tayo dumeretso."

"Okay, boss."

"Dada , water gun ko?"

"Sa'n mo nilagay?"

"Di ko alam, Dada!"

"Nakita mo ba 'yung water gun nito?"

"Ahhh… hindi, boss, e. Teka, hanapin ko dun sa mesa, baka nandun."

"Sige…"

"Dada! Water gun ko?!" patuloy na pangungulit ng bata.

"Sandali, hinahanap na."

"Da, water gun ko, Da!"

"Sandali nga lang, e. Nagsisimula ka na naman, ha!"

"Waaaaah! Water gun ko!"

"Hintayin mo 'ko dito, umupo ka d'yan! Hahanapin ko, peste!"

"Water gun ko, e. Da, Da!"

Yamot at natatarantang sinuyod ni Elmer ang buong presinto para hanapin ang water gun ng anak. Patuloy ito sa pagngawa. Lumabas si Dodong ng banyo.

"Kupal, ito ba hinahanap mo?" anas ni Dodong habang iwinawasi-wasiwas ang water gun.

"Akin na 'yan!" sigaw ng bata.

"Oh. Ito, o?" akma niyang iaabot.

Lumapit ang bata kay Dodong. Nang aabutin na ang water gun, bigla niya itong sinunggaban at ikinulong sa kaniyang bisig habang nakatutok ang water gun sa mukha nito.

"Daaaaaa! Dadaaaaa!" hingi nito ng saklolo.

Naalarma si Elmer, balikwas ng balik sa kinaroroonan ng anak. Mabilis ding rumesponde ang dalawa niyang bataan. Dinatnan nilang hostage na ni Dodong ang kaniyang sutil na anak na malamang nagmana sa kaniya. Nakatutok sa mukha nito ang water gun.

"Hoy, putangina mo! Ano'ng gagawin mo d'yan sa bata? Babasain mo?" anas ng bata ni Elmer.

"Ha-ha-ha-ha-ha!" halakhak ng tatlo.

"Putangina mo rin!" balik ni Dodong. "Putangina mo at nitong anak mo!" baling niya naman kay Elmer.

"Ha-ha-ha-ha! Ano'ng gagawin mo sa anak ko? Babasain mo? Ha-ha-ha! Gago!" pang-uuyam ni Elmer.

"Magtawa ka na. Huling tawa mo na 'yan."

"'Kakatakot ka, ulol!" Sabay ngarat nito kay Dodong. "Bitiwan mo 'yang bata kung ayaw mong pasabugin ko 'yang bungo mo," banta ni Elmer.

"Malulusaw muna pagmumukha nitong anak mo bago mo mapasabog ang bungo ko, gago!"

Natigilan ang tatlo, nagkatinginan. Napalunok si Elmer.

"Putangina mo, Dodong! Bitiwan mo 'yang anak ko!" Ang kaninang mayabang na tono'y mayabang pa rin pero may lambot na ng takot.

"Dadaaaaa! Dadaaaaa!"

"Bitiwan mo 'yan. Mag-usap tayo," anang isang bata ni Elmer.

"Pasensiyahan tayo. Kunin n'yo buhay ko, wala akong pake! Pero putangina, seryoso akong lulusawin ko mukha nitong putanginan' 'to!" Sabay diin pa ng pagkakaipit ni Dodong sa leeg ng bata.

"Dada! Araaay! Dadaaaaa!"

"Ano'ng gusto mo, Dodong, ha? Aregluhin natin 'to. Bitiwan mo na 'yang anak ko, parang awa mo na." At tuluyan nang nagiba ang pagiging tigasing parak ni Elmer.

"Daaa! Dada!" pagpupumiglas ng bata.

"Lapag n'yo 'yang mga baril n'yo," utos ni Dodong sa mga pulis.

Nagmamadaling naglapag si Elmer sa sahig, nag-alangan naman ang dalawa pa niyang bata.

"Putangina! Ilapag n'yo!" sigaw ni Dodong sabay ambang kakalabit sa gatilyo ng water gun.

"Boss, inuulol tayo niyan, e!" pakli ng isa.

"Putangina, ilapag mo na 'yang bakal mo!" mando ni Elmer.

"Boss, makinig ka! Imposibleng makargahan ng asido 'yang water gun! E di nalusaw 'yan?! Plastic 'yan, e!" katwiran nito.

Parang biglang natauhan si Elmer. Matalas ang titig niya kay Dodong, tinatantiya ang magiging reaksiyon nito. Unti-unti siyang yumuko para damputin ang inilapag.

"Sige, subukan mo!" pananakot ni Dodong. "Kayo ang mga bobo! Plastic 'tong water gun, bakit? Sa'n ba nakalagay ang asido? Sa bakal ba? Mga bobo!" depensa niya.

Natigilan si Elmer, mistula siyang babaeng hindi dinatnan nang anim na buwan 'tapos hindi pala buntis. Hindi niya maintindihan ang ikikilos at iisipin niya. Ang mahalaga lang sa kaniya sa mga sandaling ito ay ang kaligtasan ng kaniyang anak.

"Ilapag n'yo na 'yan!" matigas na mando ni Elmer sa dalawa.

"Pero, boss."

"Putangina, ilapag n'yo na!"

Bantulot na inilapag ng dalawa ang kanilang mga baril at nag-abang sa mga susunod na direksiyon ni Dodong.

"Dong, parang awa mo na. Pakawalan mo na 'yang bata."

Lumakad si Dodong papalabas ng presinto, bitbit ang anak ni Elmer.

"'Wag kayong magkakamaling kumilos nang masama, mga putangina kayo!"

"Daaaaa! Daaa! Huuuu-huuuu!"

"Sa'n mo dadalhin 'yang anak ko?"

"Iiwanan ko 'to dun sa kanto. 'Wag kayong susunod hangga't di kami nakakalayo. Mga putangina n'yo, 'wag n'yo 'kong subukan!"

"Dong, 'wag mong sasaktan ang anak ko."

"Boss, pa'no?"

"Tumigil ka muna, naguguluhan ako."

"Daaa! Da!"

"Iiwanan ko 'to do'n sa ikalawang kanto. Maayos akong kausap, di tulad n'yo, mga putanginang dagang estero kayo!"

Mabilis na bumaybay papalayo si Dodong, takip-takip ang bibig ng bata. Unti-unti, dama niyang nanlulupaypay na ito, hindi na nagpupumiglas. Lakad—mabilis na lakad. Pagtingin niyang muli, wala na itong malay. Nagpatuloy siya sa paglalakad habang palinga-linga sa mga pulis. Masunurin ang mga ito at hindi siya sinundan. Inilapag niya ang bata sa isang waiting shed, pinulsuhan. Humihinga pa, hinimatay lang sa nerbiyos at alinsangan, sa isip niya.

Nananakbo siyang lumisan. Nang marating ang ikaapat na kanto, sa entrada ng talipapa, ay humalo siya sa laksa-laksang tao. Nagsusumigaw sa paghingi ng tulong ang damdamin niya. Pero nakukulapulan ang isipan niya ng takot at hinala. Iisang mukha ang nakikita niya—puro Elmer. Lahat ng tao, nais siyang pahirapan. Lahat ng tao, ayaw siyang patayin ngunit ayaw rin siyang buhayin. Wala siyang masumbungan.

Humimpil siya sa isang patay na eskinita, umupo sa putikan, inihilig ang likod sa pader na may mapa ng mga natuyong ihi. Pinagmasdan niya ang tangang water gun. Di niya napansin ang pagtulo ng luha sa magkabila niyang pisngi. At matatawa siyang bigla. Maaalala niya kung paanong muntik nang mabisto ng tuta ni Elmer na hindi talaga asido ang laman ng water gun kundi tubig. Mabuti'y mabilis na gumana ang talas ng kaniyang pagdadahilan. Mabuti'y bobo talaga ang mga tulad ni Elmer, sa loob-loob niya.

33

MALAY SI BUTSOK na kinopya ng Task Force Pebrero ang pamamaraan niya para pagkakitaan ito. Ang ikalawa't ikatlong biktima'y hindi kaniya. Alam niya iyon sapagkat sa Menandro nagpapaserbisyo ang mismong task force. At katunayan, siya pa mismo ang nag-embalsamo sa ikatlong biktima na miyembro din ng task force. Kitang-kita niya kung paanong masinsin na ginaya ng mga ito ang kaniyang pamamaraan. Balita niya, ginawa raw iyon ng mga nasa itaas para patahimikin at ipahiya ito dahil masyado na itong maraming nalalaman, na isang malaking salik sa posibleng pagkakasiwalat ng katarantaduhan ng mga ulo ng Task Force Pebrero. Paborable kay Butsok ang takbo ng mga pangyayari. Pakiramdam niya, inihain na sa kaniya ang lahat. Walang kahirap-hirap na maisasakatuparan ang mga plano niya.

Gabi ng transfer ng mga biktima sa isang laboratoryo sa Quezon City, ikinasa niya ang planong matagal-tagal ding pinahinog. Ang mga biktima'y nakaipon sa isang preservation area sa Menandro—isang malamig na malamig na storage room. Doon ipinaimbak ni SPO3 Malonzo ang mga bangkay para sakaling may mga dapat kinisin ay may pagkakataon pang kinisin. Pero matapos plantsahin ang lahat, nagdesisyon na ang task force na ipalipat sa laboratoryo ang mga bangkay para eksaminin at pagtibayin pa kunwari ang mga dokumentasyon at materyales sa pagtugis sa gawa-gawang serial killer.

Inihanda ni Butsok ang lahat, isinilid ang mga bangkay sa kani-kaniyang bag. Katulong niya ang ilang miyembro ng task force na nagsakay ng mga bangkay sa isang mini truck na punong-puno ng bloke-blokeng yelo.

"Bata, pakisabi sa tatay mo, di na namin siya nahintay," anas ni SPO3 Malonzo. "O, heto, hatian mo siya d'yan," siksik nito ng lilimandaanin sa bulsa ni Butsok.

"Ay, salamat po dito, Tsip! Sabihan ko na lang po si Tatay. Salamat po!"

"Walang anuman. Mauuna na kami, ha," paalam nito.

Sumibat ang mini truck na may buntot na dalawang mobil. Bumalik si Butsok sa loob para magligpit at maglinis. Naghahabol siya sa kakaunting oras na ipinalugit niya sa kaniyang sarili. Nagmamadali siyang umuwi. Pagdating niya sa bahay, agad siyang nag-empake ng mga gamit.

"Anak, bakit?" tanong ng kaniyang ina.

"'Nay, madali! Tulungan mo na 'ko, 'yung mga damit ni Myla."

"Bakit, anak? Bakit?" pangungulit nito.

"Aalis na tayo dito!" pirming sagot ni Butsok.

"Saan tayo pupunta, 'nak?"

"Putangina naman, e! Kung gusto n'yong 'pakamatay sa impiyernong 'to, iiwan ko kayo. Isasama ko si Myla. Putangina!"

"Sasama ako, anak. Pero ang ama mo, pa'no? Papatayin tayo n'on!"

"Hindi na niya kayo masasaktan, 'Nay. Maniwala po kayo sa 'kin! Mag-empake na po kayo't hindi natin hawak ang oras."

"Pa'no tayo, anak?" patuloy na pangungulit ni Aling Rosa habang nagsasalansan ng mga gamit.

"May naipon ako. Sapat na 'to para makapagsimula tayo nang tayo-tayo lang."

Sa sobrang nerbiyos ng kaniyang ina, 'kandalaglag ang mga hanger at ilang gamit mula sa aparador. Kinuha ni Butsok ang kapatid at isinalabay sa kaniya. Matapos hakutin ang lahat ng gamit na bibitbitin, mabilis nilang binagtas ang daan palabas ng looban. Lumakad sila papuntang pilahan ng taxi. Kumuha si Butsok, ikinarga ang mga gamit sa likuran, marahang isinakay si Myla alaalalay ng kaniyang ina. Sa tabi siya ng driver sumakay.

"Sa'n tayo, boss?" tanong ng driver.

"Boss, Baclaran Bus Terminal."

PAGDATING NG TASK force sa laboratoryo, agad isinalansan ang mga bangkay; inihilera ang mga ito na parang hamonado. Ngunit laking pagtataka ni SPO3 Malonzo at ng mga kasama nang ihabol pa ng dalawang nagdidiskargang kasama ang isa pang bag.

"Boss, nakapailalim 'tong isang 'to. Medyo mabigat," paliwanag nito.

"Teka. Pa'nong—e, tatlo lang ang bangkay na hawak natin, ah?"

"Baka napahalo 'yan, boss," singit ng isa.

"Isalang mo 'yan dito, isa-isahin," mando ni SPO3 Malonzo.

Binuksan ng dalawang laboratory personnel ang bag ng mga bangkay. At pagdating sa dulo—sa sobrang bag—tumambad sa kanila ang tatlong ulo't hati-hating mga bahagi ng katawan. Inilabas ng personnel ang tatlong ulo't inihilera. Pamilyar sa mga pulis ang isa, ang dalawa'y bago sa kanila.

"Putangina!"

"Tsip, di ba embalsamador sa Menandro 'tong isa? Puta!"

"'Yung bata!"

"Putangina! Puta!"

Naalarma ang buong task force. Hindi sila makapaniwala. Hindi nila mahagilap sa kanilang hinagap na ang batang iyon sa

Menandro ay may kakayahang gumawa ng isang bagay na mga katulad lang nilang pulis ang may kakayahang gumawa.

Marahang bumukas ang pinto ng lab. Lalong nadagdagan ang pagkataranta nila nang dumating ang isa pang tropa ng mga pulis mula sa ibang unit.

"Magandang gabi. PO3 Alvarez po, Chief!" pagpapakilala't pagsaludo nito kay SPO3 Malonzo.

"Magandang gabi din. Ano'ng atin, pare?" bantulot nitong ganti ng bati sa dumating.

"Ahhh, kayo sana," tugon nito.

"Gagamit kayo ng laboratoryo? Pagtapos namin, pare."

"Hindi naman."

"Hindi kayo gagamit? May operasyon kayo within the area?"

"Wala kaming operasyon, Chief. Hindi rin kami gagamit ng lab."

"So what can we do for your team?"

"We're here to observe."

"Observe what?" yamot na tanong ni SPO3 Malonzo.

"The examinations," matipid na sagot ni PO3 Alvarez.

"Look. This is a very serious ca—"

"We're here not to intrude, Chief," putol niya kay SPO3 Malonzo. "We're here because we're ordered to be here and observe. That's it."

Anim ang tao ng Task Force Pebrero, kasama na si SPO3 Malonzo, may walo hanggang siyam naman sa kabila. Nagtatantiyahan ang magkabilang unit, nagkakapaan, nagpapakiramdaman ng ugong ng kani-kaniyang tumbong.

"Where's your order?"

Inilabas ni PO3 Alvarez ang isang papel na nakatupi na parang bill ng Meralco at iniabot kay SPO3 Malonzo. Binasa nito. Nailing siya't walang nagawa kundi ang pumayag.

"Okay, then..." anas ni SPO3 Malonzo.

Sinimulang ilabas ng lab personnel ang mga bangkay sa kani-kaniyang bag, matamang inoobserbahan ng mga tauhan ni PO3 Alvarez. Bantulot naman ang kampo ni SPO3 Malonzo.

"Iyang isang bag, bakit di buksan nang tuluyan?" usisa ni PO3 Alvarez.

"Pare, chop-chop ang katawan niyang mga 'yan. Ipinagsama-sama sa bag na 'yan. Baka magkandalaglagan ang mga karne, pare," sarkastikong hirit ni SPO3 Malonzo.

Tila nakumbinsi ito at tango na lamang ang isinagot, deretso sa pag-oobserba. Inilatag ng lab personnel ang isang tray na nalalagyan ng mga hiringgilya't maliliit na botelya. Sinimulan nitong ineksiyunan isa-isa ang mga bangkay. Naglilista naman ang isa pang personnel ng kung ano-ano habang panay ang pisil sa braso, tiyan, at pisngi ng mga bangkay. Sige ang mga pobreng pulis kapapanood ng prosesong di nila nauunawaan. Unti-unti, nakahinga si SPO3 Malonzo at mga kasama nito.

Hanggang sa umentra ang isa sa mga tauhan ni PO3 Alvarez at nakipisil na rin sa mga bangkay.

"Teka... teka!" alma ng isang tauhan ni SPO3 Malonzo.

"Pare, pakisabihan 'yang tauhan mo. Ang order sa inyo observe, di ba?"

"Better read the paper again, Chief. 'Cause what he's doing is part of the observation."

"Mario, let them," awat ni SPO3 Malonzo sa kaniyang tauhan.

"Sorry, sir."

Maya-maya pa'y nakita na lamang nilang may hawak nang scalpel ang tauhan ni PO3 Alvarez. Hinihiwa nito ang sikmura ng isang bangkay.

"What the hell are you doing?!" pakli ni SPO3 Malonzo.

Tila may dinudukot ito sa loob ng sikmura ng isang bangkay.

"And what the fucking hell is this, Chief?" Tangan nito ang isang malaking supot na nasisidlan ng puting kristal.

Sinagpang ng pagkatuyot ng lalamunan si SPO3 Malonzo. Nanginginig ang mga labi nito, hindi makaapuhap ng sasabihin.

"Wu—wa—what's that?!"

"We don't know, Chief," uyam ni PO3 Alvarez sa kaniya. "O, sige. Butasin n'yo pa 'yang iba," utos nito sa kaniyang mga tauhan.

Kaniya-kaniyang kalkal sa sikmura ng mga bangkay ang mga ito. Supot-supot ng puting kristal ang nakuha nila. Naninigas na parang titing tigang ang mga tauhan ni SPO3 Malonzo habang patuloy siyang lumulubog sa kumunoy ng kabiglaan. Wala siyang naalalang gaanong raket o pang-uunggoy. Hindi siya makapaniwala.

"PO3 Alvarez, Metro Manila Anti-Drug Task Force, Chief," muli nitong pagpapakilala. "Sumama kayong lahat sa 'min nang mahinahon."

"Ano 'to? Ha?! Pare-pareho lang tayong pulis! Putangina. Pare-pareho tayong mga baboy, mga gago!"

"Hindi lahat. 'Yung iba, minsan lang," sabi nitong sinundan ng ngisi't alumpihit na tawa ng mga kasamahan. "May nag-tip sa 'min tungkol sa paggamit n'yo ng mga bangkay bilang courier ng shabu, Chief. Pasensiyahan na lang, trabaho lang. Order 'to, malamang may nakabangga kayong negosyante sa taas."

Wala nang nasabi pa si SPO3 Malonzo. Tuloy ang iringan ng magkabilang kampo, ayaw paposas ng ilan. Painit nang painit ang malamig na laboratoryo.

Magkakasunod na putok ang narinig mula sa gusali ng laboratoryong iyon.

INIHILIG NI BUTSOK ang noo sa bintana, pinagmamasdan ang mga naglalakad na tao, ang kulay ng hatinggabi. Natutulala siya sa mga biglang kislap na dulot ng mga posteng aandap-andap ang liwanag, mga neon signs, at ilaw na nanggagaling sa mga nakakasalubong na sasakyan.

Manaka-naka niyang sinisilip sa rearview mirror ang ina at kapatid. Napabuntonghininga siya, pumikit, sinariwa ang lahat ng nangyari. Umagos ang luha sa magkabila niyang pisngi. Agad niya iyong pinahid. Muli siyang pumikit at tuluyan nang nakaidlip.

34

UMAGA, BINULABOG NG mga barangay tanod ang looban. Pupungas-pungas pa sina Dodong at Buldan nang pagdungaw nila'y nakita na lamang nilang bitbit na ng mga tanod ang tarantadong kaibigan nilang si Onat. Kinutuban agad ang dalawa.

Lumabas si Buldan para makibalita sa mga nakahambalang na tao. "Bakit daw ho dinampot si Onat?" tanong niya sa isang aleng may kargang bata sa magkabilang bisig.

"E, nanunog daw 'yung grupo niyan dun sa kabilang ibayo. Mga lasing, nag-trip 'ata."

"Ahhh. 'Yung mga kasama raw po, nahuli rin?"

"Naandun sa labas, nakasakay na raw sa ampra," nguso nito sa direksiyon pa-labasan.

Bumalik ng dampa si Buldan at ibinalita kay Dodong ang nangyari.

"Hinuli raw si Onat. 'Yung mga kasama naman, nasa ampra na."

"Bagay lang sa kanila 'yan. Mga ungas. Ha-ha-ha-ha!"

"Tangina. Galing mo, Dong!"

"Aba siyempre. Kayo lang ni Butsok walang bilib, e."

"Ha-ha-ha! Di naman! Ibalita natin kay Butsok. Matutuwa 'yun panigurado!"

"Sige, bihis lang ako."

Naggayak ang dalawa. Bago tumungo sa bahay ni Butsok, sinilip muna nila sa labasan ang ampra para makita ang mga dinampot. Naro'n si Atong, na ibang-iba sa Atong na nanghiya sa kanila. Para *itong tutang takot na takot humimas ng rehas at mahiga sa malamig at makutim na sahig pero maraming lakas ng loob para manghiya ng kapwa, manarantado ng mahihina, mambigwas ng mga di pumapalag.*

Nilapitan nila ang mga ito. At rehas na bintana ng ampra ang tangi nilang pagitan.

"Kumusta kayo?" hirit ni Buldan.

Masama ang titig sa kanila ni Atong, walang-imik si Onat, umiiyak ang iba.

"Sa susunod kase, 'wag kayong mag-iiwan ng 'sinelas at bisikleta sa susunugin n'yong bahay," dagdag ni Dodong.

"Mga putangina n'yo! Yari kayo sa 'min paglabas namin, mga gago!" singhal ni Atong na hindi na sigurado sa tapang na ibinubuga niya.

"Paglabas? 'Ay naku. Balita ko, may namatay na senior citizen dun sa sinunog n'yong bahay. Pa'no kayo lalabas niyan? Mga pakyu pala kayong lahat, e," balik ni Buldan.

"Putangina n'yu!" sigaw ng kasama ni Atong.

Marahas na hampas ang inabot ng rehas na bintana sa tanod na puyat.

Nagpaalam ang dalawa sa mga nasa ampra; nakangarat, nakangisi, tatawa-tawa.

Umakbay si Dodong kay Buldan at bumulong. "'Tol, sigurado kang may senior tayong napatay?"

"Sira. Biro lang. Tinakot ko lang 'yung mga ungas na 'yun."

"Kasa mo!" abot ni Dodong ng palad niya kay Buldan.

Nag-apir ang dalawa, malutong. Nilisan nila ang bilog ng komosyon, buong pagmamadaling sinuyod ang daan patungong bahay ni Butsok. Mabangga ang mababangga, masagi ang masasagi, mapatid ang mapapatid, sabik silang ibalita sa kaibigan ang nangyari.

AMEN

Anumang lakas ng loob ko para magsulat ng nobela, utang ko sa mga kasamahan ko sa UNGAZPRESS. Sampung taon na ang nakalilipas noong maisulat ko ang unang nobela sa Dreamland Trilogy—Ang Kapangyarihang Higit sa Ating Lahat—na matapos ang isang daang kopya, huminto ang produksiyon. Pagtapos ng limang taon, lumabas ulit ang Kapangyarihan sa mas malawak na distribusyon. Tagumpay ang nobela pagtapos ng ikalawa nitong pagsilang noong 2019, ang nominasyon sa Madrigal First Book Award, at ilang libong kopyang nabenta. Higit isang taong out of print. At heto, sa ika-sampung taong anibersaryo, ipinagpatuloy ng Avenida Books. Lubos ang pasasalamat ko.

Sa isang banda ng tagumpay na ito, ay ang madilim na pabatid ng mga puwersa ng panahon. Naging appealing ba ang nobela matapos magkaroon ng pangalan ang sinasabing pagsugpo sa ilegal na droga? Naging appealing ba ang nobela dahil nasa kamalayan na ng nasyon ang mga dahas dulot ng sinasabing pagsugpo? Kung mayroon akong natutuhan, ito ay ang pagtatala ng mga katotohanan bago pa ito magkaroon ng tiyak na pangalan sa kamalayan ng mambabasa—sa kaso ng Kapangyarihan, ito ay ang Giyera Kontra Droga na hindi natin pinag-uusapan bago ang 2016. Ngunit hindi dahil hindi pa pinag-uusapan o hindi pa binibigyan ng pangalan, ay hindi na umiiral. Sampung taon na ang edad ng Kapangyarihan, ibig sabihin ay naisulat ito noong 2014, dalawang taon bago naupo si Duterte.

Deretsahan nating sabihin: Tumagos ba ang nobelang ito sa damdamin at kamalayan ng mambabasa dahil may giyera kontra droga na hindi pinag-uusapan noong panahong lumabas ang nobelang ito? Maaaring oo, maaaring hindi. Ngunit isa ang sigurado: Ang pagsusulat ay boses ng panahon—bawat panahon—may kani-kaniyang ingay, at palaging ang mga nangingibabaw na ingay ay mga ingay na tumatabon sa karaingan ng ordinaryong mamamayan. Bilang manunulat, inaakap ko ang tungkuling paigtingin ang pag-iingay ng mga walang-boses hanggang makarating ito sa pambansang kamalayan. Kaya naman sa lahat ng naging bahagi ng pagbuo at pagpapatuloy ng nobelang ito, hindi maisasatitik ang aking pasasalamat sa inyo. Katuwang kayo ng nobelang ito sa palaging pagpapaalala sa mga Pilipinong mambabasa na pagtapos ng isang dekada, ang mga karahasang nakagisnan natin ay mga karahasan pa ring natutunghayan natin sa kasalukuyan. Ngayong ako ay isa nang ama, mas nakakatakot ang mga katotohanang ito. Dahil ito pa rin marahil ang matutunghayan ng ating mga anak, ng mga kabataan, pagsapit ng mga susunod pang dekada. Ngunit hindi nawawala ang aking pag-asa, kaakibat ng pangarap na mawakasan ang siklo ng iba't ibang porma ng pananamantala ng mga nasa poder. May araw na babawiin ng masang Pilipino ang Kapangyarihan sa kamay ng mga naghaharing uri.

Sana may silbi ang nobela sa laban na ito. Salamat sa lahat ng kasama ko sa pagsusulat.

Kina Julie Rebucas at Ronnel Vivo—palaging mga unang tagabasa ng isinusulat ko, kasamang nakikiukilkil sa mundo't buhay ng aking mga tauhan. Kay Angelo Michael Arispe, Erwin Dayrit, at Markus Bulandus—mga kaibigang palaging tagabitbit ng liwanag sa mga sulok-sulok ng madilim sa proseso ng pagsusulat. Kina Danell Arquero, Benjamyn Tanyag, Christian De Jesus, Robertson Jose Darang, Lee Anjelo Gutierez, Leslie Cotas, Gerson De Jesus, Raffie Lacuesta—mga kasamang palagi akong kinakampihan sa ganitong larangan. Labyu.

Sa mga kapanalig ko sa paglikha: Jay Jumawan, Adam Carlo Along, Bobby Legaspi, Rallye Ibanez, James Lorrence Ocampo, Ben Baladad, Nico Garduce, Dwight Galang, Karl R. De Mesa, Erik Tuban, Bogs, Italo. Salamat palagi sa inspirasyon. Sa mga nagrebyu ng nobelang ito noong una, ikalawa't ikatlong paglabas. Sa mga hiniraman ko ng rebyu at ginamit na blurb sa edisyon na ito: Arlo Mendoza, Allan Derain, Gelo Suarez, Iwa Wilwayco, Gerome Nicolas Dela Peña, at kay Amang Jun Cruz Reyes para sa Madrigal Gonzales Award citation. Salamat kapapahiram ng lakas ng loob.

Kay Ma'am Nida Ramirez ng 19th Avenida Publishing House na kumupkop sa Dreamland Trilogy. Kay Billy Ibarra sa pagsinop ng mga kalat-kalat ko sa pagsusulat. Kay Allan Navara para sa mga pabalat na ang sarap sa mata. Salamat sa tiwala.

Sa Pinoy Reads Pinoy Books, Talk Bookish to Me, Nakita sa Booksale Pero Hindi Binili, kay Gerald The Bookworm, at sa lahat ng mga grupo ng mambabasang walang-humpay ang suporta sa mga lokal na akda. Magpakarami pa sana kayo. Salamat!

Kina Maria Rosela Ricamara, Micah Gaylican, Sarah Jane Bataller, Imee Jean Sanchez, Guadalyne Suarez, Joey Bucayu, Liesian Tamunday, Erick Neri, Kevin Guinto, Apple Bacusa,

Arny Realosa, Gem Amboy, Jaime Tallada, Roel Barbosa, Pamela Orlanda, Julie Cruz, Jasper Aquino, Micah Abian, Chek at Cromz Alcantara, Jefferson Lago, Fatima Decena, Rachelle Dignos, Mel Songco, Jelly Rose Aragon, Otits Patrick Reyes, Janna Ojales, Khristine Mae Delafuente, Tony Malvar, Sherwin Marcelo, She Macaya, Marky Bagalacsa, Rowena Zaballa, Ann Escalante, Monet Salapare, Amie Vicente, Fides Cernechez, Lisa Macatangay, Evalyn Evangelista, Nona Miranda, Annie Salazar, Jamie Roque, Boyet at Elsa Tan, Ivan Ala, Vincent Parafina, Alex at Cecil Alfonso, Len Antido, Limuel Maquilan, Jennifer Michelle Macas-Napao, Boss Merlina Panganiban, at Sir June Bawisan.

Pamilyang Famador, salamat sa inyo: Judith, Panfilo, Claire, Edward, Era, Alab, Ron, at Francis.

Kay Olivia Himig at Juambai.

Sa Soledad family, sa mga pinsan kong sina Kuya JL, Athan, Marie. Sa Pamilya, Tito Junior, Tita Del, Ate Jho, Karen, at Dada. Mga Pamangkin, Joshua, Justine, Agatha, Jaja, JE, Natahlie, Jared, Jacob, Khole, Jayden, Kyrus.

Nhil, Alonzo, Isabelle, at Gab.

Kay Tita Cristy Neuman na nakasubaybay sa mga isinusulat ko, salamat po. Salamat kina Tita Bebe, Mama, Papa. Sa walang-sawang suporta nina Ronilyn at James De Guzman, mahal ko kayo.

Sa lahat ng nakasama at makakasama pa—sa buhay, pagsusulat, musika—pauna palagi ang aking pasasalamat.

Sa iyo na naglalaan ng salapi, oras, at enerhiya para magbasa at manghikayat na bumasa, hindi sapat ang pasasalamat.

Amen.

— *Nal / Boy / Vivs*

www.ingramcontent.com/pod-product-compliance
Lightning Source LLC
Chambersburg PA
CBHW031349230926
51848CB00002B/447
9786218264342